CONTENTS

ACKNOWLEDGEMENT

I thank my family for their support for helping me get this book to public.

INTRODUCTION

TAMIL

Tamil is one of the Dravidian languages which evolved over time and can be classified into ancient and modern Tamil. Tamil literature dates back to several centuries. Standard Tamil is officially used to read and write and is also the version used in newspapers, news readings, train announcements, web pages and in official documents. The spoken dialects differ from country to country and region to region. But it is not too difficult to understand other dialects as in general, they do not differ so much and it is the so-called slang that varies.

In this book, the colloquial version being taught is the Indian version.

OFFICIAL LANGUAGE STATUS

Tamil is spoken across different countries. In India, Tamil is the official language of Tamil Nadu (state) and Pondicherry (union territory). In Singapore, it is one of the four official languages. In Srilanka, it is the second-most-spoken language after Sinhalese and also one of the two official languages. It is also a recognized minority language in Malaysia, Mauritius and South Africa.

DRAVIDIAN LANGUAGES

Other languages that belong to the Dravidian language family are Malayalam, Telugu, Kannada and more. These four—that is, Tamil, Telugu, Kannada and Malayalam—are the most popular. Malayalam is, in fact, the closest to Tamil. There are so many similarities between them that sometimes they are considered to be sister languages.

TAMIL FOR ABSOLUTE BEGINNERS

This course is intended for absolute beginners who have no knowledge in Tamil and it takes you through a step-by-step language learning where you will first start to learn syllabic Tamil alphabets (an alphabet which comes with both consonant and vowel sounds like "ka" or "mi") and kick start once you have mastered the writing. No need to panic about the script! Tamil has 12 vowels and 18 consonants thus 30 individual syllabic alphabets. However, the vowels combine with the consonants to make many more variants in sounds.

The pronunciation is very easy as there are only 12 vowels and it consists of 5 crisp sounds—a, e, i, o, u. Their long versions are aa, ee, ii, oo, uu, and ai, ow. The 18 consonants are also easy to pronounce except for a few letters to which you just need to pay a little attention.

As of grammar, the lessons will take you step by step, in order for you to understand both the standard and colloquial versions perfectly.

USING THIS BOOK

Lessons in this book are generally arranged with dialogues followed by vocabulary—containing both standard and colloquial versions— which is further followed by pronunciation tips and, finally, grammar.

The first dialogue set is in standard Tamil and the dialogue following it is in colloquial Tamil. The English translation can be found next to each sentence in the standard Tamil Dialogue.

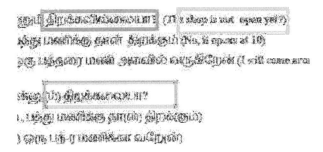

In the vocabulary section, the first column contains standard Tamil text and the second column contains the colloquial text. The last box contains the English translation. If there is only one version of Tamil, it means that they are the same in both versions.

For pronunciation in the standard version, all the syllabic-alphabets are pronounced and, with enough practice, you can master it in no time. You can read a given sentence with no transcription in English. However, the colloquial version is a little tricky and you need to be a bit careful. Therefore, carefully read the explanation given in the "PRONUNCIATION" section.

The spelling rules for colloquial language are not limited to the rules that are actually followed in the standard language (which you will learn anyway) because the colloquial version does not have a standard way of writing even though some nuances are accepted by many people. For example, some syllabic-alphabets should not come at the beginning of a word; yet, in this book, under the colloquial version, such words are indicated using a hyphen. To make it easier, certain rules are followed such as brackets to indicate pronunciation change in such a way that you will not see two entirely different versions. You will understand better once you start the course.

The audio for this book can be requested on our Facebook page, named "spokenseries," just by messaging us and it's absolutely free!

All the very best and, most importantly, enjoy the course!

LESSON 1

THE SYLLABIC-ALPHABET

There are 12 vowels and each of them have a crisp sound

அ	ஆ	இ	ஈ	உ	ஊ	எ	ஏ	ஐ	ஒ	ஓ	ஔ
A	AA	I	II	U	UU	E	EE	AI	O	OO	OW

All vowels have a crisp sound

அ	'a' in 'and' or 'u' in 'uncle'	ஆ	'a' in 'father'
இ	'I' in 'it'	ஈ	'ea' in 'eating'
உ	'u' in 'put'	ஊ	'oo' in 'fool'
எ	'e' in 'end'	ஏ	'a' in 'ate'
ஒ	'o' in 'old'	ஓ	'o' in 'more'
ஐ	'i' in 'fight'	ஔ	'ou' in 'ouch'

அ ஆ இ ஈ உ ஊ எ ஏ ஐ ஒ ஓ ஔ

CONSONANTS

There are 18 consonants in Tamil

க ங ச ஞ ட ண த ந ப ம ய ர ல வ ழ ள ற ன

11

Easy Sounds: க ச ட த ப ம ய வ

க	as 'ca' in "card"
ச	as 'cha' in "chart"
ட	as 'ta' in "tongue"
த	as 'th' in "thick"
ப	as 'pu' in "pup"
ம	as 'mu' in "mum"
ய	as "ya"
வ	as "va"

The "NA" ங ஞ ண ந ன

ங

This letter is always used along with "ka" that we get the sound "ng" in "English." E.g.: bank – வங்கி

ஞ

This is pronounced as "nya," that is, "nio" in "onion." E.g.: ஞாபகம்

ண

This syllabic-alphabet is pronounced with the tongue folded. E.g.: மணி

ந/ன

Both are pronounced as "na," the "n" as in "nest."

The only difference is that, *'ந' always comes at the beginning and 'ன' is always used at the middle and the end of a word.*

E.g.: நான்/நீ/பன்னிரெண்டு

Note: However, in this book, "ன" is used alone or in the beginning because of certain sound changes that occur in spoken language.

The "LA" ல ள ழ

ல

pronounced at the tip of your tongue

E.g.: lizard - பல்லி

ள

Tongue slightly held back

E.g.: school – பள்ளி

ழ

Similar to "R" in "couRse" (American accent)

E.g.: தமிழ்

The "RA" ர ற

There is not much difference between 'ர' and 'ற,' but the former has a slighter 'r' sound and the latter is somewhat trilled as it is pronounced on the roof of the mouth.

ர/ற

E.g.: மரம், பறவை

We have seen the sounds of individual vowels and consonants, now let us move on to diacritics (symbols) that needs to be added to consonants to produce a consonant + a vowel sound. For example: 'க' is "ka"; to make it "kaa," add ா.

Below are diacritics equivalent to their respective vowels:

Vowels		Syllabic-alphabets
அ		க
ஆ	ா	கா
இ	ி	கி
ஈ	ீ	கீ

எ	ெ◌	கெ
ஏ	ே◌	கே
ஒ	ெ◌ா	கொ
ஓ	ே◌ா	கோ
ஐ	ை◌	கை
ஔ	ெ◌ள	கௌ

Example for 'ய்' + 'அ' = ய

Y	Ya	Yá	Yi	Yí	Ye	Yé	Yai	Yo	Yó	Yow
ய்	ய	யா	யி	யீ	யெ	யே	யை	யொ	யோ	யௌ

As the Tamil consonants always come with an inherited vowel "அ," there is no need to add any diacritic. But to make it a vowel-less consonant, that is 'k' in 'tik' instead of "ka," just put a dot on it. In that way, the dot is also a diacritic.

However, for 'உ' and 'ஊ,' consonants can get irregular. Here is the complete list:

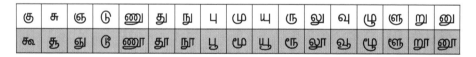

கு	சு	ஞு	டு	ணு	து	நு	பு	மு	யு	ரு	லு	வு	ழு	ளு	று	னு
கூ	சூ	ஞூ	டூ	ணூ	தூ	நூ	பூ	மூ	யூ	ரூ	லூ	வூ	ழூ	ளூ	றூ	னூ

SOUND CHANGES BASED ON ITS POSITION IN A WORD

Tamil letters with soft sounds change automatically to hard sounds when they appear in the middle and the end of words.You must have noticed right now that most of the sounds are soft—such as k, t, tha and p (We will deal with 'ch' separately).

க	குடம் (*ku*dam)	பகுதி (pa*gu*dhi)	வகை (va*gai*)
ட	-	படம் (pa*da*m)	பாடு (paa*du*)
த	தாமரை (*thaa*marai)	பதவி (pa*dha*vi)	பாதி (paa*dhi*)
ப	பருப்பு (*pa*ruppu)	கபடி (ka*ba*di)	

Interesting note: Native Tamil words always starts with four consonants (க, ச, த, ப) or a vowel. However, foreign loan words can retain their original pronunciation as the above rule does not apply.

Example: டிக்கெட் (ticket), டிரேவல்ஸ் (travels)

Pronunciation of 'ச' is a little tricky. Though the letter itself is 'cha,' it sounds like 'sa' with very few exceptions.

ச	சரி (sari)	பாசம் (paasam)	பசு (pa*su*)

Exceptions: சென்னை (Chennai) etc.

In the below case, each sound retains its original sound whether if it is in the middle or the end.

க்க	வெக்கம்	Ve*kka*m (Shyness)
ச்ச	பச்சை	Pa*ch-chai* (Green)
ட்ட	பட்டு	Pa*ttu* (Silk)
த்த	பத்து	Pa*th-thu* (ten)
ப்ப	கருப்பு	Karu*ppu* (black)

Note: 'ச்ச' is 'chcha' not 'ssa'

LESSON 2

HOW ARE YOU?

Key Phrases

எப்படி இருக்கிறீர்கள்? – How are you?

உங்கள் பெயர் என்ன? – What is your name?

நீங்கள் எந்த ஊர்? – Where are you from?

Dialogue

❖ எப்படி இருக்கிறீர்கள்? (How are you?)

❖ நன்றாக இருக்கிறேன், நீங்கள்? (I am fine, you?)

❖ நானும் நன்றாக இருக்கிறேன் (I am good too)

➤ எப்படி இருக்கீங்க(ள்)?

➤ நல்லா இருக்கே(ன்), நீங்க(ள்)?

➤ நானு(ம்) நல்லா இருக்கே(ன்)

VOCABULARY

எப்படி	எப்படி	How
என்ன	என்ன	what
எந்த	எந்த	which
நீங்கள்	நீங்க(ள்)	you (formal)
இருக்கிறீர்கள்	இருக்கீங்க(ள்)*	are
இருக்கிறேன்	இருக்கே(ன்)*	am
உங்கள்	உங்க(ள்)	your (formal)
பெயர்	பேர்)	name
நானும்	நானு(ம்)	I too

16

Pronunciation

when 'ள்' is not pronounced, it is indicated with brackets

அவள் - அவ(ள்)

நீங்கள்- நீங்க(ள்)

நாங்கள் – நாங்க(ள்)

also note the sound change from 'ர்க' to 'ங்க'

அவர்கள்: அவங்க(ள்) (Avanga) *(they)*

Dialogue

❖ நீங்கள் எந்த ஊர்? (Where are you from?)

❖ மதுரை, நீங்கள்? (Madurai, you?)

➤ நீங்க(ள்) எந்த ஊ(ர்)?

➤ மது(ரை), நீங்க(ள்)?

ஊர்	ஊ(ர்)	City

Pronunciation

Usually 'ர்' becomes 'ரு' in spoken Tamil

The syllabic-alphabet has been put in brackets to show this change

"உ" at the end in Tamil sounds like 'i' in "ill" or more precisely the Japanese "u." For example: "su" in "hanasu" is exactly the same as "சு" in "பேசு" (speak).

Dialogue

❖ வணக்கம். உங்கள் பெயர் என்ன? (Hello. What is your name?)

❖ என் பெயர் ராமு. உங்கள் பெயர்? (My name is Ramu. Your name?)

❖ என் பெயர் மணி. (I am Mani)

➤ வணக்க(ம்). உங்க(ள்) பே(ர்) என்ன?

➤ எ(ன்) பே(ர்) ராமு. உங்க(ள்) பே(ர்)?

➤ எ(ன்) பே(ர்) மணி.

VOCABULARY

வணக்கம்	வணக்க(ம்)	Hello (formal)
என்	எ(ன்)	My

PRONUNCIATION

(ன்), (ம்) in brackets indicates that they are nasalized. Try saying "pink" and do not pronounce "k" at the end. This is the sound it makes when indicated in brackets.

When 'அம்' is at the end—E.g.: மனம்—it is pronounced as (manõ), ' ~ ' indicates nasalization.

Whereas, பய்யன் is pronounced as (payyã). ' ~ ' indicates nasalization and don't forget the 'a' is pronounced 'a' in 'and.'

GRAMMAR

Definite and indefinite articles (The/a): In Tamil, definite and indefinite articles do not exist. "The boy" or "a boy" are same and do not require "the/a (n)."

When saying "I am Ramu," we need not use "am." We simply say "I Ramu."

However the conjugation "to be" is used in other circumstances such as "How are you?" which questions the temporary feeling/state.

	STANDARD	STANDARD-> COLLOQUIAL TRANSITION	COLLOQUIAL
I am	இருக்கிறேன்	இருக்க்(இற்)+ஏன்	இருக்கே(ன்)
you are	இருக்கிறாய்	இருக்க்(இற்)+ஆய்	இருக்க
he is	இருக்கிறான்	இருக்க்(இற்)+ஆன்	இருக்கா(ன்)
she is	இருக்கிறாள்	இருக்க்(இற்)+ஆள்	இருக்கா(ள்)
it/that is	இருக்கிறது	இருக்க்(இற்)+அது	இருக்கு*

Notice that "இற்" is not included in casual speech but some regions in Tamil Nadu would pronounce it with "இற்." This applies only to this verb. For other verbs, we will see conjugations later.

Try to remember the endings as it is important in many cases. These endings are known as subject-pronoun endings.

I	நான்	-ஏன்	-ஏ(ன்)
You (informal singular)	நீ	-ஆய்	-அ
He (informal)	அவன்	-ஆன்	-ஆ(ன்)
She (informal)	அவள்	-ஆள்	-ஆ(ள்)
It/this	அது	-அது	-உ

*(brackets indicate nasalization of 'ன்' and 'ம்' and dropping down of the syllabic-alphabet 'ள்')

Dialogue

Asking questions to a stranger

❖ ஐயா, பூங்கா எங்கே இருக்கிறது? (Sir, where is the park?)

❖ எந்த பூங்கா? (Which park?)

❖ காந்தி பூங்கா... (Gandhi park...)

❖ காந்தி பூங்காவா? அதோ, அங்கே இருக்கிறது. (Gandhi Park? Over there).

➤ சார், பார்க் எங்(கே) இருக்கு?

➤ எந்த பார்க்?

➤ காந்தி பார்க்...

➤ காந்தி பார்க்கா? அதோ, அங்(கே) இருக்கு

VOCABULARY

பூங்கா	பார்க்	Park
இருக்கிறது	இருக்கு	it (is)
அதோ	அதோ	over there (when pointing to a certain direction)
அங்கே	அங்(கே)	there

PRONUNCIATION

"கே" at the end is pronounced as "க."

Question marker "ஆ"

If you need to ask a question, add the question marker "ஆ"but only when there is no question words such as "when," "where," etc.,

When the question marker is added to a word that ends with a vowel, we add a 'வ்' "பூங்கா" ends with a vowel "ஆ" (i.e., க் + ஆ) Therefore, we insert "வ்."

பூங்கா (பூங்க் + ஆ) + வ் + ஆ = பூங்காவா?

Dialogue

Buying ticket to enter the park

❖ பூங்கா நுழைவு சீட்டு ஒன்று கொடுங்கள் (Give me one entry ticket please).

❖ இந்தாங்கள் (Here you go).

❖ எவ்வளவு? (How much is it?)

❖ ஐந்து ரூபாய் (Five rupees).

➤ பார்க் என்ட்ரி டிக்கெட் ஒன்னு குடுங்க(ள்)

➤ இந்தாங்க(ள்)

➤ எவ்வளவு?

➤ அஞ்சு ரூபா(ய்)

Vocabulary

ஒன்று	ஒன்னு	One
கொடுங்கள்	குடுங்க(ள்)	Give me
இந்தாங்கள்	இந்தாங்க(ள்)	Here you go!
ஐந்து	அஞ்சு	Five
நுழைவு	என்ட்ரி	Entry
சீட்டு	டிக்கெட்	Pass

Sometimes "ய்" is not pronounced. In those cases, it is put in brackets.

நீங்கள்/நீ

In Tamil, there are two "yous" like "tu" and "vous" in French and also as in any other language which distinguishes between a single "you" and plural "you." Also, the plural version of "you" is used to address a stranger or someone with respect. Therefore, you will use "நீ" only with your closest family members or friends of the same age or younger and when talking to little children.

On the other hand, "நீங்கள்" is used for addressing your boss, colleagues, strangers, acquaintances, a group of people, etc. However, some people tend to use "நீ" to address elders of their family and some use "நீங்கள்." This largely depends on how children are taught to call them. Some families tend to use "நீங்கள்" with everyone in the family!

2.1 Guess which "you" you will use for the following people:

1. Secretary in your office

2. A young boy

3. An old man in a supermarket

4. Shop assistant

5. Your spouse

6. Your younger brother/sister

7. The president

8. A colleague

அவன், அவள்/அவர்

Just like "நீ" and "நீங்கள்," there are two 'he' and 'she's. "அவன்/அவள்" is used only to refer to a close friend, lover or a younger sibling. Using this to refer to a stranger or other family members—even when you use

"நீ" to address them personally—might be considered disrespectful and rude.

Please note that using "நீ" towards a family member depends on your personal relationship and differs from person to person but that does not mean you can use "அவன்/அவள்" to refer to that person as they have their own functionalities as mentioned above.

The key here is to remember that "you" is the person to whom you're talking. "He/She" is used as a reference to another person.

So, the next question to be answered is, "What is the formal way to address he or she?"

You should use "அவர்." In standard Tamil, "அவர்" is used for both male and female. But in spoken Tamil, "அவ(ர்)" means "He," "அவங்க(ள்)" means "She." but, "அவங்க(ள்)" also means "they" in colloquial Tamil.

I	நான்	நா(ன்)
You (singular informal)	நீ	நீ
He (singular informal)	அவன்	அவ(ன்)
She (singular informal)	அவள்	அவ(ள்)
He (singular formal)	அவர்	அவ(ர்)
She (singular formal)	அவர்	அவங்க(ள்)
You (singular formal and plural)	நீங்கள்	நீங்க(ள்)
They	அவர்கள்	அவங்க(ள்)

Omission of Pronouns

Tamil is an SOV language; the verb comes at the end after all the other words in the front. (Also including the subject)

Example: In English, we say "I am happy"; In Tamil, it is "(I) happy am."

"I" can be omitted as "am" indicates the person is "I."

2.2 How will you say the following?

1. What is your name?

2. Where are you from?

3. Thanks

4. Yes

5. No

Always practice in standard Tamil, but also keep in mind how they are pronounced colloquially by simply remembering the rules.

LESSON 3

DO YOU HAVE...?

In this lesson, we will learn how to ask if someone has something.

Key phrase: இருக்கிறதா?

Dialogue in a Classroom

❖ பேனா இருக்கிறதா? (Do you have a pen?)

❖ ம்ம், இருக்கிறது. இந்தாங்கள் (Hmm, I have (I do). Here you go).

❖ நன்றி (Thanks).

➤ பேனா இருக்கா?

➤ ம்ம், இருக்கு. இந்தாங்க(ள்)

➤ தாங்க்ஸ்

In above conversation, the listener responds by saying "இருக்கிறது" which means "I have" in this context, primarily indicating the object exists with that person. To say "I don't have it," simply answer "இல்லை" which also means "no."

VOCABULARY

இருக்கிறது	இருக்கு	I have/there is
இல்லை	இல்(லை)	No/I do not have/there is not
இருக்கிறதா?	இருக்கா?	Do you have? Is it there?
இந்தாங்கள்	இந்தாங்க(ள்)	Here you go

PRONUNCIATION

Usually 'ஐ' is pronounced as 'அ' at the end of a word in colloquial Tamil. Brackets are used to indicate this.

❖ பேனா இல்(லை)

Just replying "இல்லை" to a stranger may be rude depending on the tone; so, along with "பேனா இல்லை" add "ங்க" at the end to make it polite.

Look at the below conversation in colloquial Tamil

❖ இருக்கா ங்க? (Do you have)

❖ இல்(லை) ங்க (No, I don't)

ட/டி/ங்க

'ட' is pretty much a suffix that is used along phrases within close friends or younger members of the family or very little children. This should never be applied while one is talking with a stranger as it can be really disrespectful.

A) Boy asks his younger sister if she has a book:

❖ புத்தக(ம்) இருக்கா டி?

❖ இல்(லை)

B) A girl asks her younger brother if her bag is over there:

❖ எ(ன்) பை அங்(கே) இருக்கா டா?

❖ இங்(கே) இல்(லை)

C) A customer asks a shop assistant if he has some tomatoes:

❖ தக்காளி இருக்கா ங்க?

❖ இருக்கு ங்க

❖ காரெட் இருக்கா ங்க?

❖ இல்(லை) ங்க.

இல்லை is the negative for the all conjugations of "to be" that we saw earlier. It also means "there is no," or "do not have."

I am happy	சந்தோசமாக இருக்கிறேன்	சந்தோசமா இருக்கே(ன்)	I am not happy	சந்தோசமாக இல்லை	சந்தோசமா இல்(லை)
You are sad	சோகமாக இருக்கிறாய்	சோகமா இருக்க	You are not sad	சோகமாக இல்லை	சோகமா இல்(லை)
He is handsome	அழகாக இருக்கிறான்	அழகா இருக்கா(ன்)	He is not handsome	அழகாக இல்லை	அழகா இல்(லை)
She is tall	உயரமாக இருக்கிறாள்	உயரமா இருக்கா(ள்)	She is not tall	உயரமாக இல்லை	உயரமா இல்(லை)
It is far	தூரமாக இருக்கிறது	தூரமா இருக்கு	It is not far	தூரமாக இல்லை	தூரமா இல்(லை)

The pronunciation of adjectives ending slightly changes in the colloquial version. We will see more about adjectives later.

இல்லை

In the negative, as all are, "இல்லை," it is better to use subject pronouns.

E.g.: உயரமாக இருக்கிறாள் – அவள் உயரமாக இல்லை (She is tall – She is not tall)

LESSON 4

AFTER SOME TIME

Dialogue – Friends bump into each other

மணி: Hey, எப்படி இருக்க?

கண்ணன்: நா(ன்) ரொம்ப நல்லா இருக்கே(ன்), நீ?

மணி: நானு(ம்) ரொம்ப நல்லா இருக்கே(ன்). நீ என்ன இந்த பக்க(ம்).

கண்ணன்: சும்மா, வாக்கிங் போலாம்னு வந்தே(ன்).

VOCABULARY

மிகவும்	ரொம்ப	Very
பக்கம்	பக்க(ம்)	Side
சும்மா	சும்மா	Just like that
வந்தேன்	வாக்கிங் போலாம்னு வந்தே(ன்)	So that I can go for a walk

நீ என்ன இந்த பக்கம்: This expression that literally translates to "You, what this side" is used when the person bumps into someone in a place outside, coincidentally.

சும்மா: This expression means "Just like that." Even though the person has come there for a walk, the person says "சும்மா" because he did not come for a walk with an intention to do it; he did it rather as an alternative to boredom.

Greetings: You must have noticed by now that in informal situations, the greetings are said in English. For example: "Hi" or "Hey." To say that one is leaving, you can say "bye.".

Did you notice that the above dialogue is in Colloquial Tamil only? For example: the word "ரொம்ப" is very much used in day-to-day life to mean "too" or "very." However, in the standard version, it is "மிகவும்"

and moreover, the standard version as mentioned earlier is used in several media, like the news-reading on TV, public announcements, formal documents, etc.

Therefore, "leisure" activities or day-to-day expressions can be very informal and it's not easy for someone to convert it to the purist version except if the person has studied the language in depth.

As a beginner, do not panic. This book carefully makes such distinctions for you. You can always consider writing in the standard version as it is the version actually written and understood across other countries. That is why the rules adopted in the book to transcribe colloquial language have not completely dropped the endings such as "ன்" but has instead put them in brackets.

In magazines and newspapers, a conversation happening between two people is written in Tamil syllabic-alphabet but not always with a specific standard. Most of the informal texts are always written in Latin alphabets, especially when sent through SMS and online chats.

COLLOQUIAL PRONUNCIATION SUMMARY

Words ending with 'இ,' 'உ' or any other consonant except 'ன்,' and 'ம்' are pronounced as it is. Yet, some vowel-less consonants such as "ர்," and "ல்" take "உ." For example: "அவர்" is "அவரு;" "சொல்" is "சொல்லு."

Look at the tables below:

	ஆ	இ	ஈ	உ	ஊ
STANDARD	விழா	நரி	ஈ	வயசு	ஊர்
COLLOQUIAL	விழா	நரி	ஈ	வயசு	ஊர்/ஊ(ர்)

STANDARD	COLLOQUIAL	STANDARD	COLLOQUIAL
-அம்	-அ(ம்)/õ	-அன்	-அ(ன்)/ã
மனம்	மன(ம்)	அவன்	அவ(ன்)

Words ending with 'ஐ' and 'ஏ'

'ஐ' and 'ஏ' are simply pronounced as "அ" at the end. However, there are exceptions that will not be put in brackets

STANDARD	COLLOQUIAL	STANDARD	COLLOQUIAL
ஐ	(அ)	ஏ	(அ)
பூனை	பூ(னை)	அங்கே	அங்(கே)

Congratulations! Now, we have already covered all the vowels

Can you pronounce the below words in colloquial Tamil?

1. மலை (Mountain)
2. பலம் (Strength)
3. பழம் (Fruit)
4. எழுது (Write)
5. சிறி (Smile)
6. மரம் (Tree)

GIVING DIRECTIONS

As you can notice, there are many instances where one uses English words. Look at the table below to notice the change.

	வலதுபக்கம் செல்லுங்கள்	லெப்ட்ல போங்க(ள்)	Go Left
	இலதுபக்கம் செல்லுங்கள்	ரைட்ல போங்க(ள்)	Go Right
	நேராக செல்லுங்கள்	சிட்ரைட்ட போங்க(ள்)	Go straight
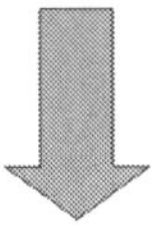	பின்னாடி செல்லுங்கள்	பின்னாடி போங்க(ள்)	Go back

You can also use "இடதுபக்கம் திரும்புங்கள்" or "வலதுபக்கம் திரும்புங்கள்" (colloquial version: "லெப்ட்ல திரும்புங்க(ள்)" "ரைட்ல திரும்புங்க(ள்)." That is, "Turn left" and "Turn right."

Dialogue

❖ மார்கெட்டுக்கு எப்படி போகவேண்டும்? (How do I get to the market?)

❖ **நேராக செல்லுங்கள். சிக்னலிலிருந்து வடதுபக்கம் திரும்புங்கள்**. (Go straight. From the signal, turn right). மார்க்கெட் வங்கியின் எதிரில் இருக்கும் (Market will be in front of the bank)

➤ மார்க்கெட்டுக்கு எப்படி போணோ(ம்)?

➤ நேரா போங்க(ள்). சிக்னல்-லிருந்து ரைட்சைடு திரும்புங்க(ள்). மார்க்கெட் பாங்க்குக்கு எதிர்ல இருக்கு(ம்).

VOCABULARY

மார்கெட்டுக்கு	மார்க்கெட்டுக்கு	To the market
வங்கியின் எதிரில்	பாங்க்குக்கு எதிர்ல	Opposite the Bank
நேராக செல்லுங்க	நேரா போங்க(ள்)	Go straight
போகவேண்டும்	போணோ(ம்)	You have to go
வடது பக்கம் திரும்புங்கள்/ வடது பக்கம் செல்லுங்கள்	ரைட்சைடு திரும்புங்க(ள்)/ ரைட்ல போங்க	Turn Right
சிக்னலிலிருந்து	சிக்னல்-லிருந்து	From signal
எதிரில்	எதிர்ல	At the opposite
இருக்கும்	இருக்கு(ம்)	(It) will be (there)

Do not worry about the suffixes now. Also, remember that the verb "to go" "செல்லுங்கள்/போங்கள்" in the colloquial version is "போங்க(ள்)."

LESSON 5

ACQUAINTANCES

Dialogue - The new staff introduces himself to his colleague.

- ❖ வணக்கம். என் பெயர் வருண். நான் இங்கே புதிதாக சேர்ந்திருக்கிறேன்.

  (Hello, my name is Varun. I have joined here newly (recently)).

- ❖ வணக்கம். என் பெயர் கார்த்திக். நீங்களும் தமிழ் வாத்தியாரா?

  (Hello. My name is Karthik. Are you a Tamil teacher too?)

- ❖ இல்லை. நான் கணக்கு வாத்தியார்.

  (No, I am a math teacher).

- ➤ வணக்க(ம்). எ(ன்) பே(ர்) வருண். நா(ன்) இங்(கே) புதுசா சேர்ந்திருக்கே(ன்)
- ➤ வணக்க(ம்). எ(ன்) பே(ர்) கார்திக். நீங்களு(ம்) தமிழ் வாத்தியாரா?
- ➤ இல்(லை), நா(ன்) கணக்கு வாத்தியார்.

VOCABULARY

புதிதாக	புதுசா	Newly
நீங்களும்	நீங்களு(ம்)	You too
தமிழ்	தமிழ்	Tamil (language)
கணக்கு	கணக்கு	Math
சேர்ந்திருக்கிறேன்	சேர்ந்திருக்கே(ன்)/join பண்ணிருக்கே(ன்)	I have joined

We know when to use the verb "to be" and when not to use it. That is, you can just say, "I doctor" or "I Varun" because "I" is "the doctor" or "the doctor" is "I." This is called a complement. Let us look at another dialogue in colloquial Tamil.

- Hi, உங்க(ள்) பே(ர்) என்ன?
- எ(ன்) பே(ர்) மணி, உங்க(ள்) பே(ர்)?
- வருண், நீங்க(ள்) என்ன பண்றீங்க(ள்)?
- நா(ன்) டாக்டர், நீங்க(ள்)?
- நா(ன்) நாவலிஸ்ட்

PROFESSIONS

ஆசிரியர்/வாத்தியார்	வாத்தியார்	Teacher
மொழிபெயர்ப்பாளர்	டிரான்ஸ்லேடர்	Translator
மருத்துவர்	டாக்டர்	Doctor
கலைஞர்	ஆர்டிஸ்ட்	Artist
நடிகர்/நடிகை	ஆக்டர்	Actor/Actress
வண்டி ஓட்டுனர்	டிரைவர்	Driver
இசைக்கலைஞர்	முசிசியன்	Musician
நாவலாசிரியர்	நாவலிஸ்ட்	Novelist

"ஸ்" is a special character that sounds as 'ss.' We will see about special characters in Lesson 8.

Most of the professions that are expressed colloquially are mostly in English.

Apart from this, for a third person (he/she), the action done by the person is described as a profession. For example: Driver drives, so "வண்டி ஓட்டுபவர்கள்" means "vehicle drivers" or "a person driving a vehicle."

Therefore, when introducing yourself you should never use "நாவல் எழுதுபவர்கள்" because it means "those who write novels."

5.1 How would you say the following in Colloquial Tamil?

1. I am a programmer

2. I am John

3. I am Vaani

4. I am a doctor

LESSON 6

HOW MUCH IS THIS?

Key phrase: இது எவ்வளவு?

Dialogue

- ❖ இது எவ்வளவு? (How much is this?)
- ❖ பத்து ரூபாய் (Ten rupees)
- ❖ ஒரு கிலோ கொடுக்கவும் (Give me one Kg)

- ➤ இது எவ்வளவு
- ➤ பத்து ரூபா(ய்)
- ➤ ஒரு கிலோ குடுங்க(ள்)

VOCABULARY

எவ்வளவு	எவ்(வ)ளவு/எவ்ளோ	How much
ரூபாய்	ரூபா(ய்)	Rupee (s)
கிலோ	கிலோ	Kilo
ஒரு	ஒரு	One (used before nouns)
கொடுங்கள்	குடுங்க(ள்)*	Give

*Pay attention also to the stem of the words (கொடு becomes குடு)

NUMBERS – எண்கள்

One	ஒன்று	ஒன்னு
Two	இரண்டு	ரெண்டு*
Three	மூன்று	மூனு
Four	நான்கு	நாலு
Five	ஐந்து	அஞ்சு*

Six	ஆறு	ஆறு
Seven	ஏழு	ஏழு
Eight	எட்டு	எட்டு
Nine	ஒன்பது	ஒம்போது
Ten	பத்து	பத்து

ஒரு or ஒன்று?

There is a distinction between using these two "ones". One is a number used to count. For example: ஒன்று, இரண்டு ... and so on, whereas the other is used before nouns. In the above dialogue, the buyer asks for one kilo. Thus, he says, "ஒரு கிலோ" and not "ஒன்று கிலோ." For other words, there is no other version. It's the same such as "இரண்டு, மூன்று..." so it will be "இரண்டு கிலோ," "மூன்று கிலோ," etc.

CONSONANT CLUSTERS

Consonant clusters are very simple in Tamil. If you have learnt the consonants in a particular order, this should be much more easier.

Notice the consonants and pay attention to how they are paired up.

க ங   ச ஞ   ட ண   த ந   ப ம   ற ன

Remove the vowel from the second syllabic-alphabet and reverse them

ங் + க = ங்க   *வங்கி* (Va-*NGi*)

ஞ் + ச = ஞ்ச   ப*ஞ்சு* (Pa-*NJu*)

ண் + ட = ண்ட   வே*ண்டு*கோள் (ve-*NDu*-go-l)

ந் + த = ந்த   இ*ந்த* (i-*NDHa*)

ம் + ப = ம்ப   கொ*ம்பு* (ko-*MBu*)

ன் + ற = ன்ற   க*ன்று* (ka-*NRu*)

ற் + ற = ற்ற   கா*ற்று* (kaa-*TTRU*)

ட் + ச = ட்ச   க*ட்சி* (ka-*TCHi*)

PRONUNCIATION

கன்று, ஒன்று

Words that end with "-ன்று" are pronounced as "-ன்னு/னு."

❖ Try reading the following words (All the below words are in Standard Tamil)

நிம்மதி (peace), கம்பி (Wire), தொப்பி (cap), வண்ணம் (color), எண்ணை (oil), என்னை (me), வண்டி (vehicle), உன்னை (you, as in "I like you"), கண் (eye), ஆடு (noun: goat, verb: dance)

❖ Can you read the above words in Colloquial Tamil?

VERB CONJUGATIONS

Verbs are nothing but action words. In Tamil, verbs are called "வினை." The meaning part of the verb is the stem or the root. The "tense marker" indicates the time when the action is done. Finally, the subject-pronoun ending is added.

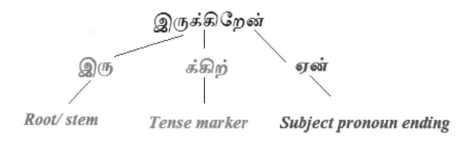

A verb in Tamil usually ends with 'உ,' 'இ' or a vowel-less consonant such as 'ல்,' 'ர்,' etc.

Verbs usually take "-கிற்-" or "-க்கிற்-" followed by subject-pronoun endings (see Lesson 2)

தேடு = (தேடு) + (கிற்) + (ஏன்) = தேடுகிறேன் (I am searching)

தேடு = (தேடு) + (கிற்) + (ஆள்) = தேடுகிறாள் (She is searching)

விளையாடு = (விளையாடு) + (கிற்) + (ஆன்) = விளையாடுகிறான்

As you can notice from the above three verbs. many take only "-கி-." However, for those verbs, whose second syllable is removed and only one more syllable is left, we can add "-க்கிற்-." Still, there are a few exceptions which still take "-கி-."

எடு = எடு + க்கிற் + ஆன் (He is taking)

Colloquial versions of verbs are simple.

If it takes "-கிற்-" ignore the "-கி-"

- எழுதுகிறேன் - எழுதுறே(ன்)
- சாப்பிடுகிறேன் - சாப்பிடுறே(ன்)
- விளையாடுகிறேன் - விளையாடுறே(ன்)
- தூங்குகிறேன் - தூங்குறே(ன்)
- ஓடுகிறேன் - ஓடுறே(ன்)

If it is "க்கிற்." pronounce it as "க்கிற்" or "க்குற்"

- படி – படிக்கிறேன் – படிக்(கி)றேன்

NOTE: Make a note of this as brackets won't be included in this part

Find the complete list for the verb குடி.* Notice that after removing "-டி," you are left with a consonant with a short vowel, thus adding "-க்கி-"

குடிக்கிறேன்	குடிக்கிறே(ன்)
குடிக்கிறாய்	குடிக்கிற
குடிக்கிறான்	குடிக்கிறா(ன்)
குடிக்கிறாள்	குடிக்கிறா(ள்)
குடிக்கிறார்	குடிக்கிறா(ர்)/குடிக்கிறாங்க(ள்)
குடிக்கிறது	குடிக்குது*
குடிக்கிறோம்	குடிக்கிறோ(ம்)
குடிக்கிறீர்கள்	குடிக்கிறீங்க(ள்)
குடிக்கிறார்கள்	குடிக்கிறாங்க(ள்)

*the subject-pronoun ending for "it" for verbs except "இரு" is "-உது" and do not forget to remove "-இறது."

Additional info: Most of the dialects pronounce "-ஏ(ன்)" as "æ" with "~" (nasalization) that is 'a' in "man" with the nasal '~' on it.

6. Can you conjugate the below verbs in the present tense? (leave it blank if the verb is not required)

1. நான் _____ டாக்டர்

2. நீ எங்கே _____ (இரு)?

3. அவன் _____ (அழு)

4. அவள் _____ (குளி)

5. அவர்கள் _____ (தூங்கு)

6. நாய் _____ (கடி)

LESSON 7

WAIT FOR ME!

Dialogue

❖ Hi, எப்படி இருக்கிறாய்? (Hi, how are you?)

❖ நன்றாக இருக்கிறேன். நீ? (Good; and you?)

❖ நானும் நன்றாக இருக்கிறேன். இங்கே என்ன செய்கிறாய்?
(I am also fine. What are you doing here?)

❖ புத்தகம் வாங்கலாம் என்று வந்தேன். நீ?
(I came to buy a book; you?)

❖ நானும் அதற்காகவே வந்தேன். சரி. புத்தகம் வாங்கிய பிறகு டீ
குடிக்க போகலாமா? (I came for the same reason. Ok, can we drink
tea after buying the book?)

❖ கண்டிப்பாக (Of course)

❖ சரி. புத்தகத்தை வாங்கிய பிறகு எனக்காக காத்திரு.
(Ok. After buying the book, wait for me).

➤ Hi, எப்படி இருக்க?

➤ நல்லா இருக்கே(ன்). நீ?

➤ நானு(ம்) நல்லா இருக்கே(ன்). இங்(கே) என்ன செய்ற?

➤ புக் வாங்கலா(ம்) -னு வந்தே(ன்). நீ?

➤ நானு(ம்) அதுக்காகவே வந்தே(ன்). சரி. புத்தக(ம்) வாங்கி-னது
கப்பர(ம்) டீ குடிக்க போலாமா?

➤ கண்டிப்பா.

➤ சரி. புக்க வாங்கி-னது கப்பர(ம்) எனக்காக காத்திரு

VOCABULARY

இங்கே	இங்(கே)	There
அங்கே	அங்(கே)	Here
இதற்காக	இதுக்காக	For this (reason)
அதற்காக	அதுக்காக	For that (reason)
வந்தேன்	வந்தே(ன்)	I came
டீ	டீ	Tea
பிறகு/பின்	-னது கப்பர(ம்)	After + <verb>
புத்தகம்	புத்தகம்/புக்	Book
செல்லலாமா/போகலாமா	போலாமா	Shall we go?
கண்டிப்பாக	கண்டிப்பா(க)	Definitely/of course
காத்திரு	காத்திரு/wait பண்ணு	Wait

இங்கே நீ என்ன செய்கிறாய்" or "நீ இங்கே என்ன செய்கிறாய்" are both acceptable. But the verb should always be at the end. And of course, the subject pronoun such as "I," "you," ... can be omitted as the verb endings indicate the person doing the action.

"இங்கே நீ என்ன செய்கிறாய்"

"நீ இங்கே என்ன செய்கிறாய்"

"இங்கே என்ன செய்கிறாய்"

Some Points to Remember

Let us look at some examples on the question marker "ஆ": As you already know, "ஆ" should be added to form a "yes" or "no" question.

Are you eating?	சாப்பிடுகிறீர்களா?
What you are you eating?	என்ன சாப்பிடுகிறீர்கள்?
Are you writing?	எழுதுகிறீர்களா?
What are you writing?	என்ன எழுதுகிறீர்கள்?
Are you here?	இங்கே இருக்கறீர்களா?
Where are you?	எங்கே இருக்கிறீர்கள்?

என்று/-னு: This conjunction indicates the reason why.

"புத்தகம் வாங்கலாம் என்று வந்தேன்": I came so that I can buy a book

Before the conjunction, the verb "வாங்கு" becomes "வாங்க":

"வாங்கலாம்": remove "-உ" and add "-அலாம்"

Verbs which take "-க்கிற்": remove "-இற்" and add "-அலாம்" (Ex : குடி → குடிக்கலாம்)

Adding "வே" after "அதற்காக" translates into "for the same reason "

The verb being used after "பிறகு/-னது கப்புர(ம்)" changes its forms as follows:

Standard version: வாங்கு: remove "உ" add "-இய" → வாங்கியபிறகு

Coloquial: வாங்கு: add -னது கப்புர(ம்) → வாங்குனதுகப்புர(ம்)

Standard: எடு: add "த்த" எடுத்தபிறகு

Colloquial: எடு: add "-த்த" and then "து கப்புர(ம்)" எடுத்ததுகப்புரம்

Here is the complete list of question words:

யார்	யா(ர்)	Who
எப்பொழுது	எப்போ	When
எங்கே	எங்(கே)	Where
என்ன	என்ன	What
எது	எது	Which
எதற்க்கு	எதுக்கு	Why
எப்படி	எப்படி	How
எவ்வளவு	எவ்(வ)ளவு/எவ்ளோ	How much

Conjugate the verbs in the present and pay attention to two rules.

A) Person

B) Whether to add or not to add (ஆ)

   1. அவர்கள் எங்கே (இரு)? (Where are they?)

   2. நான் இப்பொழுது (பார்) (I am seeing/looking now)

   3. நீங்கள் அங்கே என்ன (செய்)? (What are you doing there?)

   4. இந்த வீட்டில் யார் (இரு/வசி)? (Who is/is living in this house?)

   5. குழந்தை (தூங்கு)? (Is the baby (it) sleeping?)

LESSON 8

SPECIAL CHARACTERS

Before we go further, let us look at special characters that are frequently used these days. We know that Tamil has 12 vowels and 18 consonants. In addition to this, there are 4 special characters to include certain sounds which are generally used for writing words with Sanskrit, English or other foreign roots. These include the sounds: ஷ (sha), ஸ (sa), ஜ (ja), ஹ (ha)

These letters are used as alternatives but still, some people prefer to use the traditional script, especially to maintain the authenticity of the language. However, these characters are recognized for much better sound approximation.

ஷ (sha)

This is pronounces as 'sha' in shawl. They are combined with vowels for more sounds, as usual.

ஷ ஷா ஷி ஷீ ஷு ஷூ ஷெ ஷே ஷை ஷொ ஷோ ஷௌ

This letter is used mainly while writing foreign words

Take this for example. In a TV show, "Showtime" can be written as "ஷோ டைம்."

ஸ (sa)

ஸ ஸா ஸி ஸீ ஸூ ஸெ ஸே ஸை ஸொ ஸோ ஸௌ

This is basically an alternative to 's' and is used to write foreign words.

For example: My space can be "மை ஸ்பேஸ்"

ஜ (ja)

This letter is "ja" or "za." Words like "Zamindar," "jam," etc., are written with this letter.

For words such as "Raja," there are alternative versions. This is applicable for other letters as well but those are not observed as often as this one.

Example: Raja: ராசா/ராஜா.

However, some words such as ரோசா/ரோஜா have the same meaning "Rose" but someone's name can be registered either as "ரோஜா" or "ரோசா" as syllabic-alphabets are different.

ஹ (ha)

This letter can sometimes be replaced by a vowel or a consonant, but note that native vowels and consonants can not be replaced by this letter. Native words in Tamil are words in the Tamil language that existed since the origin of its older literature (Sangam literature and later or regional dialects) and also words excluding Sanskrit words.

Let us look at an example:

ஹிந்தி - இந்தி Hindhi – Indhi (Hindi language)

மஹா - மகா maha – maga (Grand)

Other letters: **க்ஷ (ksha)** and **ஸ்ரீ (shree/sri)**

The former sounds nothing but "க" and "ஷ" together.

Example: "மஹாலக்ஷ்மி" (mahalakshmi)

"மகாலட்சுமி" (magalatchumi) ('ஹா' replaced with 'கா' and 'க்ஷ' replaced with "ட்சு")

The latter is found mostly in religious contexts or some names such as "ஸ்ரீராம்" (Shreeram/Sriram).

LESSON 9

WHO IS THIS?

Dialogue

- ❖ இது யார்? (Who is this?)
- ❖ என் அக்கா. (My elder sister)
- ❖ அப்படியா. சரி, இந்த நேரத்தில் எங்கே செல்கிறீர்கள்?
  (Is it so? Ok. Where are you going at this time?)
- ❖ ஓட்டலுக்கு செல்கிறோம். (To the hotel)
- ❖ ஓட்டல் உங்களுடயதுதானே? (The hotel is yours, right?)
- ❖ ஆம். எங்களுடையதுதான். நீயும் வரலாம் அல்லவா?
  (Yes, it is ours. You can come too, can't you?)
- ❖ இல்லை. எங்கள் வீட்டில் சமைத்திருக்கிறார்கள்
  (No, they at house (my family) have cooked)
- ❖ நம்மை நோக்கி யாரோ வருகிறார்கள்
  (Someone is walking towards us)
- ❖ யாராக இருக்கும்?
  (Who could it be?)
- ❖ மணி, என் நண்பன்
  (Mani, my friend)

- ➤ இது யா(ர்)?
- ➤ எ(ன்) அக்கா.
- ➤ அப்படியா. சரி, இந்த நேரத்ல எங்(கே) போறீங்க(ள்)?

- ஓட்டலுக்கு போறோ(ம்).
- ஓட்டல் உங்களோடதுதன?
- ஆ(ம்). எங்களோடதுதா(ன்). நீயு(ம்) வரலா(ம்) (லை)?
- இல்(லை). எங்க(ள்) வீட்ட்ல சமச்சிருக்காங்க(ள்)
- நம்(மை) நோக்கி யாரோ வறாங்க(ள்)
- யாரா இருக்கு(ம்)?
- மணி, எ(ன்) பிரெண்ட்

VOCABULARY

இந்த நேரம்	இந்த நேர(ம்)	This time
வீடு	வீடு	House/home
ஓட்டல்	ஓட்டல்	Hotel
நண்பன்	பிரெண்ட்/நண்ப(ன்)	Friend
உன்னுடைய	உன்னோட	Your (singular)
உங்களுடைய	உங்களோட	Your (formal or plural)
அல்லவா	இல்(லை)/(லை)	Isn't it?
யாரோ	யாரோ	Someone
வருகிறார்கள்	வறாங்க(ள்)	He/she is coming

நாம்/நாங்கள்

நாம்/நாங்கள் both mean "we." the difference is that the first "we," "நாம்" is inclusive of the listener and the second "we," "நாங்கள்" is exclusive of the listener.

So, when one says "நம்மை நோக்கி யாரோ வருகிறார்கள்," he means that "someone is coming towards us (as in himself and to whom he is talking to)." Whereas, "எங்களுடையதுதான்" means "it's ours" as in "myself and my sister (without including the listener)

Here is the list of all the subject pronouns.

Pronouns	Pronouns	Standard endings	Colloquial endings
I	நான்	-ஏன்	-ஏ(ன்)
You (s. inf).	நீ	-ஆய்	-அ
He (s. inf)	அவன்	-ஆன்	-ஆ(ன்)
She (s. inf)	அவள்	-ஆள்	-ஆ(ள்)
He/she (s. formal)	அவர்	-ஆர்	-ஆ(ர்)/ஆங்க(ள்)
We (exclusive)	நாங்கள்	-ஓம்	- ஓ(ம்)
We (inclusive)	நாம்	-ஓம்	- ஓ(ம்)
You (formal and also plural)	நீங்கள்	-ஈர்கள்	- ஈங்க(ள்)
They	அவர்கள்	-ஆர்கள்	-ஆங்க(ள்)

Meanwhile, let us also look at the possessive adjectives. There are two different ways to express 'my,' 'your,' and so on in Tamil. But don't worry, they are much easier than what you'd imagine.

A) As you will find in this table, they all pretty much resemble each other and some are exactly the same!

	Pronouns		Possessive adjectives (standard)	Possessive adjectives (colloquial)
I	நான்	My	என்	எ(ன்)
You	நீ	Your	உன்	உ(ன்)
He	அவன்	His	அவன்	அவ(ன்)
She	அவள்	Her	அவள்	அவ(ள்)
He/she	அவர்	His/Her	அவர்	அவ(ர்)/அவங்க(ள்)
We	நாம்	Our	நம்	நம்ப/நம்ம
We	நாங்கள்	Our	எங்கள்	எங்க(ள்)
You	நீங்கள்	Your	உங்கள்	உங்க(ள்)
They	அவர்கள்	Their	அவர்கள்	அவங்க(ள்)

B) Now that you can use 'my,' 'your' and so on, you can use the above table to derive the second version. Just double the last consonant and add "-உடைய." This simply changes to "-ஓட" in the colloquial version.

நான்	என்னுடைய	என்னோட
நீ	உன்னுடைய	உன்னோட
அவன்	அவனுடைய	அவனோட
அவள்	அவளுடைய	அவளோட
அவர்	அவருடைய	அவரோட
நாம்	நம்முடைய	நம்மோட
நாங்கள்	எங்களுடைய	எங்களோட
நீங்கள்	உங்களுடைய	உங்களோட
அவர்கள்	அவர்களுடைய	அவங்களோட

CASES

Before we jump into the next lesson, let us see what cases mean. As we know, Tamil is an SOV language where all words go before the verb.

When it comes to prepositions such as "of," "to," "with," etc., the word endings change which means you cannot add prepositions before the word but rather, have to change the ending. All the words in their unaltered positions are in the nominative case. Example: பூ (flower), அவர்கள் (they).

LOCATIVE CASE

This case describes "to" or "at" a place. First, let us see how to say "to." We just need to add "-உக்கு" at the end. The colloquial version is also "-உக்கு." "ஓட்டலுக்கு செல்கிறோம்" means "We are going to the hotel." As you must have figured out "செல்கிறோம்" indicates that it's "we" who are "going," i.e., doing the action. "ஓட்டல்" is hotel. So "to the hotel" is "ஓட்டலுக்கு செல்கிறோம்" and "I go to the market" will be "மார்கெட்டுக்கு செல்கிறேன்."

"மார்கெட்" becomes "மார்கெட்டுக்கு." (மார்கெட் + உக்கு)

'ட்' usually doubles for pronunciation (see PRONUNCIATION after the topic "DATIVE CASE")

DATIVE CASE

The same ending is used for Dative case.

Dative case is a term used to mean "for." So "For my brother" will be "அண்ணனுக்கு" (அண்ணன் – Elder brother).

PRONUNCIATION

Some syllabic-alphabets disappear from the end and a new ending will be added before adding the suffix.

❖ Words ending with "ம்" change to "த்த்" before adding suffix.

பள்ளிக்கூடம் ➝ பள்ளிக்கூடத்துக்கு (பள்ளிக்கூட + த்த் + உக்கு)

❖ Words ending with "று" or "டு" double the consonant and add the above ending

ஆறு ➝ ஆற்றுக்கு (coll. Version adds "த்த்"- ஆத்துக்கு)

காடு ➝ காட்டுக்கு

❖ Words ending with long vowel add an extra 'வ்'

விழா   விழாவுக்கு

பூ   பூவுக்கு

டோக்கியோ டோக்யோவுக்கு

❖ Words ending with short vowel or vowel-less consonant or 'ய்'

கிளி   கிளியுக்கு

பாய்   பாயுக்கு

(In the colloquial version, the last two scenarios mentioned in the spelling change such as addition of 'வ்' and 'ய்' may sometimes be devoiced. For example, instead of அப்பாவுக்கு, அப்பாக்கு is also heard.

To/for me	எனக்கு	எனக்கு
To/for you	உனக்கு	உனக்கு
To/for him	அவனுக்கு	அவனுக்கு
To/for her	அவளுக்கு	அவளுக்கு
To/for him/her	அவருக்கு	அவருக்கு/அவங்களுக்கு
To/for us	நமக்கு	நமக்கு
To/for us	எங்களுக்கு	எங்களுக்கு
To/for you	உங்களுக்கு	உங்களுக்கு
To/for them	அவர்களுக்கு	அவங்களுக்கு

The same applies for "யார்" which is "யாருக்கு."

9.1 Do the following exercise:

1. இது யார்? யார் இது? Are these both correct? (True/false)

2. அவர்கள் எங்கே (இரு) Conjugate the word in the bracket.

3. நான் (அவன்) கொடுக்கிறேன் Decline the pronoun.

4. நீ (யார்) கொடுத்தாய்? Decline the question word.

9.2 Can you translate the following?

1. My sister is not here.

2. Where is he?

3. My brother sleeps/is sleeping.

4. Here you go!

5. Thanks!

6. What are you doing?

LESSON 10

I WANT SOMETHING

வேண்டும்/வேண்டாம் *want not want*

Now that you have learnt the dative case, you can express what you want or like. For this,

"வேண்டும்/வேண்டாம்" the colloquial version would be வேணு(ம்)/ வேணா(ம்). This means "Wanting something by someone." Always remember the basic rule—verbs go at last. So "wanting" goes at last. At the same time, you should change the pronoun to dative case. The reason is that the object wanted is actually the subject.

That is, the literal translation would be, "For me, book wanted." So "for me" must be in the Dative case and "book" must be in the nominative.

Standard:

எனக்கு புத்தகம் வேண்டும் (I want/need (the/a) book)

புத்தகம் எனக்கு வேண்டும் (I want/need (the/a) book)

Colloquial:

எனக்கு புத்தக(ம்) வேணு(ம்)

புத்தக(ம்) எனக்கு வேணு(ம்)

You need to be careful here because if you put "book" in dative, that is "புத்தகத்துக்கு நான் வேண்டும்" or "நான் புத்தகத்துக்கு வேண்டும்" it will mean "The book wants me."

பிடிக்கும்/பிடிக்காது *like/not like*

"பிடிக்கும்/பிடிக்காது" (பிடிக்கு(ம்)/பிடிக்காது)

This follows the same rule. Put the verb at the end and change the subject (doer of action) in Dative case.

Standard: எனக்கு அல்வா மிகவும் பிடிக்கும் (I like halwa (a kind of sweet))

Colloquial: அல்வா எனக்கு ரொம்ப பிடிக்கு(ம்)

In colloquial, பிடிக்கு(ம்)/பிடிக்காது can also be pronounced as புடிக்கு(ம்)/புடிக்காது.

தெரியும்/தெரியாது *know/not know*

Standard: தெரியும்/தெரியாது

Colloquial: தெரியு(ம்)/தெரியாது

அவனுக்கு தெரியும் – He knows

அது அவனுக்கு தெரியும் – He knows it/that

புரிகிறது/புரியவில்லை *understand/not understand*

Standard: புரிகிறது/புரியவில்லை

Colloquial: புரிது/புரி(லை)

எங்களுக்க்கு புரிகிறது – we understand

உங்களுக்கு புரியவில்லை – you don't understand

இருக்கிறது/இல்லை *Is it there/is it not there*

In order to say, "Is it there for me?" or " intended for me," you can use Dative declined pronouns and the verb இரு.

For example: Friend asks "Have you got school tomorrow?"

You can say:

Standard: எனக்கு ஸ்கூல் இருக்கிறது
அவர்களுக்கு ஸ்கூல் இல்லை

Colloquial: எனக்கு ஸ்கூல் இருக்கு
அவங்களுக்கு ஸ்கூல் இல்(லை)

So in Tamil, "Is there any problem?" and "Do you have any problem?" are all translated the same.

பிரச்சனை எதாவது இருக்கிறதா?/பிரச்ச(னை) எதாவது இருக்கா?

"எதாவது" is "Any."

Do not confuse the function of verb "to be" that we saw earlier. There is a difference between them when you put the subject pronoun in nominative and dative. Consider the two sentences.

அது எங்கே இருக்கிறது? (Where is it?)

அவன் எங்கே இருக்கிறான்? (Where is he?)

அவனக்கு இருக்கிறதா? (Is it there for him?)

Question words for the above

❖ வேண்டுமா? (Do you want?)

➤ வேணுமா?

❖ வேண்டாமா? (Don't you want it?)

➤ வேணாமா?

❖ தெரியுமா? (Do you know?)

➤ தெரியாதா? (Don't you know?)
(Colloquial version is same)

❖ புரிகிறதா? (Do you understand?)

➤ புரிதா?

* புரியவில்லையா? (Do you not understand?)

➤ புரிலியா?

* பிடித்ததா (Did you like it?)

➤ பிடிச்சுதா?/புடிச்சிதா?

* பிடிக்கவில்லையா? (Did you not like it)

➤ பிடிக்கலையா?/புடிக்கலையா?

Even if someone means "Do you like?" as in right now, it is still expressed with past as only after a trial you would like or not like it.

Can you read the below sentences in colloquial language?

நன்றாக புரிகிறது

ஏதோ புரிகிறது

ஏதோ கொஞ்சம் புரிகிறது

ஏதோ கொஞ்சம் கொஞ்சம் புரிகிறது

சரியாக புரியவில்லை

LESSON 11

ALL ABOUT "DO"

PAST TENSE

The present tense needs a tense marker and a subject-pronoun ending. The same applies to the past tense. That is, you need a past-marker and a subject-pronoun ending. However, past-endings are slightly complicated than present endings. The verbs are generally classified into a few categories:

A) Majority of verbs taking "-க்க்-" in present tense changes to "-த்த்-"

வை = வை + த்த் + ஏன் = வைத்தேன்

குடி = குடி + த்த் + ஏன் = குடித்தேன்

But also, some verbs with "-க்க்-" changes to "-ந்த்-"

நட= நட + ந்த் + ஆன் = நடந்தான்

இரு = இரு + ந்த் + ஓம் = இருந்தோம்

B) Other verbs which take "-க்-" alone have past-markers depending on the ending of the verb:

❖ Verbs ending in –ல் or –ள்

கொல் = கொ + ன்ற் + ஆன் = கொன்றான்

ஆள் = ஆ + ண்ட் + ஏன் = ஆண்டேன்

❖ Verbs ending in –உ (except -டு and –று)

திரும்பு = (திரும்ப்) – (உ) + (இன்) + (ஏன்) = திரும்பினேன்

❖ Verbs ending with –டு –று (double the consonant and add the pronoun)

விடு = (விட்) + (ட்) + (ஏன்) = விட்டேன்

பெறு = (பெற்) + (ற்) + (ஏன்) = பெற்றேன்

❖ Verbs ending with -ய்

செய் = (செய்) + (த்) + (ஏன்) = செய்தேன்

படு

This verb has two meanings and the way the last syllabic-alphabet is separated changes the meaning.:

Past tense: = படு + த்த் + ஏன் (படுத்தேன்) Present tense: = படு + க்கிற் + ஏன் (படுக்கிறேன்)

Past tense: = பட் + ட் + ஏன் (பட்டேன்) Present tense: = படு + கிற் + ஏன் (படுகிறேன்)

When the present tense takes "-க்கிற்," படு means "to sleep." whereas the present tense of படு taking "-கிற்" means "to feel"

The latter is usually accompanied with other nouns. "கேள்வி" means "a question." "கேள்வி படு" means "to have heard about something."

"கேள்விபட்டேன்" (I heard about it).

"சந்தோஷப்பட்டேன்" (I felt happy)

Note: "ம்" becomes "ப்" as they are written together

Colloquial forms of Past:

A) Majority of verbs taking "-க்கிற்-" in present tense changes to "-த்த்-." In colloquial, it is "ச்ச்"

❖ குடி = குடி + த்த் + ஏன் (குடிச்சேன்)
    வை = வை + த்த் + ஏன் (வெச்சேன்*)

❖ But also, some verbs with "-க்கிற்-" changes to "-ந்த்-" (This does not change)

நட = நட + ந்த் + ஏன் (நடந்தே(ன்))

இரு = இரு + ந்த் + ஏன் (இருந்தே(ன்))

B) Other verbs which take "-கி-" have the past-marker based on:

❖ Verbs ending in –ல் or –ள்

கொல் = கொ + ன்ற் + ஏன் (ன்ற் changes to ன்ன்) (கொன்னே(ன்))

ஆள் = ஆ + ண்ட் + ஏன் (ஆண்டே(ன்)) (does not change)

❖ Verbs ending in –உ except (-டு and –று)

திரும்பு = திரும்ப் + (-உ) + இன் + ஏன் (திரும்பினே(ன்))

Sometimes only "-ன்-" is added

திரும்பு = திரும்பு + ன் + ஏன் (திரும்புனே(ன்))

❖ Verbs ending with –டு –று (double the consonant and add the pronoun)

விடு = விட் + ட் + ஏன் (விட்டேன்)

பெறு = பெற் + ற் + ஏன் (as it ends with "று," this changes to "த்த்")

❖ Verbs ending with -ய்

செய் = செய் + த் + ஏன் (ய்த் changes to ஞ்ச்) (செஞ்சே(ன்))

ற்ற்	⇨	த்த்
ய்த்	⇨	ஞ்ச்
ன்ற்	⇨	ன்ன்
ந்த்	⇨	Does not change
ண்ட்	⇨	Does not change
த்த்	⇨	ச்ச்
த்த்*	⇨	Does not change

* "டு" ending verbs that take "-க்கிற்-" in the present, retains the "த்த்" in its past tense

கொடு = கொடு + த்த் + ஏன் ("த்த்" does not change) (குடுத்தே(ன்)*)

எடு = எடு + த்த் + ஏன் (எடுத்தே(ன்))

PAST STEM

Remember the above rule, as it will be important for other tenses. This will be referred as past stem.

VERBS IN NEGATIVE

Negative verbs have the same endings irrespective of whether it is present or past. Also, irrespective of the person—for example—"I did not give," "He did not give," "I do not give" and "He does not give" are all the same.

STANDARD:

In words that take –க்கிற்- remove "இற்" and add –அவில்லை

படி → படிக்கிறேன் → படிக்கவில்லை

In words that take –க்- remove "இற்" and add –அவில்லை

ஓடு → ஓடுகிறேன் → ஓடவில்லை

COLLOQUIAL:

In words that take –க்கிற்- remove "இற்" and add –(லை)

படி → படிக்கிறேன் → படிக்க-(லை)

In words that take –க்- remove "இற்" and add –(லை)

ஓடு → ஓடுகிறேன் → ஓட-(லை)

Remember that (லை) in bracket is pronounced as 'ல.'

Congratulations! You now know to form present and past tenses and the common negative.

செய்/பண்ணு

The word with "செய்/பண்ணு" means "to do." This verb, meaning "to do/to make," is a huge relief for English speakers. The reason is that many verbs can find their alternative colloquially using the following method. "செய்" is the standard version but in colloquial speech "பண்ணு" is used. Though "செய்" is also sometimes used, it is limited compared to "பண்ணு." So, in order to avoid confusion, you can go with "பண்ணு."

These expressions are mostly limited to new verbs with foreign origins such as messages and chats.

கூப்பிடு	கூப்பிடு/call பண்ணு	To call (by phone)
chat செய்	chat பண்ணு	To chat
copy செய்	copy பண்ணு	To copy
paste செய்	paste பண்ணு	To paste
Message செய்	message பண்ணு	To message

For some expressions such as "dance," "பண்ணு" is used.

ஆடு	ஆடுகிறேன/dance பண்றேன்	Dance
சந்தி	சந்திக்கிறேன்/meet பண்றேன்	Meet
காத்திரு	காத்திருக்கிறேன்/wait பண்றேன்	Wait

However, you should be careful as it does not replace all such words. For "sing," which is "பாடு" → பாடுகிறேன், the colloquial version பாடுறேன் alone is correct. "Song பண்றேன்" is not correct.

PRESENT TENSE:

செய்கிறேன்	பண்றே(ன்)
செய்கிறாய்	பண்ற
செய்கிறான்	பண்றா(ன்)
செய்கிறாள்	பண்றா(ள்)

செய்கிறார்	பண்றா(ர்)/பண்றாங்க(ள்)
செய்கிறோம்	பண்றோ(ம்)
செய்கிறீர்கள்	பண்றீங்க(ள்)
செய்கிறார்கள்	பண்றாங்க(ள்)

PAST TENSE:

செய்தேன்	பண்ணே(ன்)
செய்தாய்	பண்ண
செய்தான்	பண்ணா(ன்)
செய்தாள்	பண்ணா(ள்)
செய்தார்	பண்ணா(ர்)/பண்ணாங்க(ள்)
செய்தோம்	பண்ணோ(ம்)
செய்தீர்கள்	பண்ணீங்க(ள்)
செய்தார்கள்	பண்ணாங்க(ள்)

Dialogue in an office:

❖ அவனுக்கு message செய்தீர்களா? (Did you message him?)

❖ ம்ம், செய்தேன். (yes, I did)

❖ எப்பொழுது செய்தீர்கள்? (When did you do?)

❖ நேற்றே செய்துவிட்டேன். (Yesterday I "did")

❖ சரி. (okay)

➤ அவனுக்கு message பண்ணீங்களா?

➤ ம்ம், பண்ணே(ன்).

➤ எப்போ பண்ணீங்க(ள்)?

➤ நேத்தே பண்ணிட்டே(ன்).

➤ சரி.

VOCABULARY

இன்று	இன்னைக்கு/இனிக்கி	Today
நேற்று	நேத்து	Yesterday
நாளை	நாளைக்கு	Tomorrow
செய்தீர்களா?	பண்ணிங்களா?	...did you?
நேற்றே	நேத்தே	Yesterday/comes before the verb when the it usually has "விடு" as a suffix

The verb விடு followed by another verb means "I have done (finished) a particular action." So, when the colleague asks "When did you do" he replies by saying, "I (finished) have done it yesterday (it is over now)."

In the present tense, this verb suffixed to another verb can mean "I will do it (you can count on me; don't worry)."

விடு

Present tense: விடுகிறேன்

Past tense: விட்டேன்

Example:	It is written together as:
செய்து விடுகிறேன்	செய்துவிடுகிறேன்
செய்து விட்டேன்	செய்துவிட்டேன்

The colloquial form of விடு in this context shortens to -டுறேன் in the present and டேன் in the past. Colloquial past stem of செய்து is செஞ்சு.

செஞ்சுடுறேன், செஞ்சுடேன்

நேற்றே செய்துவிட்டேன் (I did (finished) it yesterday; it is done)

இன்று செய்துவிடுகிறேன் (I will do it today for sure; consider it done)

LESSON 12

TELLING THE TIME

Dialogue

❖ இப்பொழுது மணி என்ன? (What is the time now?)

❖ பத்து மணி ஆகிறது. (10 'o' clock)

❖ உங்கள் அப்பா எத்தனை மணிக்கு வருகிறார்? (At what time is your dad coming?)

❖ நான்கு மணிக்கு வருகிறார். (At 4 'o'clock)

➤ இப்போ மணி என்ன?

➤ பத்து மணி ஆவுது.

➤ உங்க(ள்) அப்பா எத்த(னை) மணிக்கு வறா(ர்)?

➤ நாலு மணிக்கு வறா(ர்).

VOCABULARY

எத்தனை	எத்த(னை)	How many (In this context: "What...")
மணி	மணி	Time
~மணிக்கு	~மணிக்கு	At (time)
இப்பொழுது	இப்போ	Now
வருகிறார்	வறா(ர்)	He is coming
எத்தனை மணிக்கு	எத்த(னை) மணிக்கு	At what time
ஆகு	ஆகு	Become (In this context, it is or the time is)
ஆகிறது	ஆகுது/ஆவுது/ஆது	It is/The time is

We have earlier seen the usage of the verb "to be" (that is, when to use it and when not to). In this lesson, we will see how to use "ஆகு" (the verb itself means "to become") in time expressions.

CONJUGATING 'வா'

Just add endings with "வற்-" to obtain the colloquial version.

வருகிறேன்	வறே(ன்)
வருகிறாய்	வற
வருகிறான்	வறா(ன்)
வருகிறாள்	வறா(ள்)
வருகிறார்	வறா(ர்)/வறாங்க(ள்)
வருகிறது	வறுது
வருகிறார்	வறா(ர்)
வருகிறோம்	வறோ(ம்)
வருகிறீர்கள்	வறீங்க(ள்)
வருகிறார்கள்	வறாங்க(ள்)

CONJUGATING 'போ'

Just add endings with "போற்" to obtain the colloquial version.

செல்கிறேன்/போகிறேன்	போறே(ன்)
செல்கிறாய்/போகிறாய்	போற
செல்கிறான்/போகிறான்	போறா(ன்)
செல்கிறாள்/போகிறாள்	போறா(ள்)
செல்கிறார்/போகிறார்	போறா(ர்)/போறாங்க(ள்)
செல்கிறது/போகிறது	போது
செல்கிறோம்/போகிறோம்	போறோ(ம்)
செல்கிறீர்கள்/போகிறீர்கள்	போறீங்க(ள்)
செல்கிறார்கள்/போகிறார்கள்	போறாங்க(ள்)

NUMBERS FROM 11 TO 100 – பதினொன்றிலிருந்து நூறு வரை

பதினொன்று	பதினொன்னு	Eleven
பன்னிரண்டு	பன்னெண்டு	Twelve
பதிமூன்று	பதிமூனு	Thirteen
இருபது	இருவது	Twenty
இருபத்தி ஒன்று	இருவத்தொன்னு	Twenty one
இருபத்தி இரண்டு	இருவத்திரெண்டு	Twenty two
முப்பது	முப்பது	Thirty
முப்பத்தி ஒன்று	முப்பத்தொன்னு	Thirty one
நாற்பது	நாப்பது	Forty
நாற்பத்தி இரண்டு	நாப்பத்திரெண்டு	Forty two
ஐம்பது	அம்பது	Fifty
ஐம்பத்தி இரண்டு	அம்பத்திரெண்டு	Fifty
அறுவது	அறுவது	Sixty
அறுவத்தி மூன்று	அறுவத்திமூனு	Sixty three
எழுவது	எழுவது	Seventy
என்பது	என்பது	Eighty
தொன்னூறு	தொன்னூறு	Ninety
தொன்னூற்றினாலு	தொன்னூத்தினாலு	Ninety four
நூறு	நூறு	Hundred

In the colloquial version, if any number from 20 to 90 follows a number which starts with a vowel, say "இருவது" followed by "ஒன்னு" or "அஞ்சு" to make it twenty-one and twenty-five; the last vowel of இருவது is dropped to combine with the following number's consonant thus making "இருவத்தொன்னு, இருவத்தஞ்சு,"

11.1 Can you read these numbers in colloquial Tamil?

100, 99, 56, 58, 20, 6

TELLING TIME

It is ... 'o' clock

ஒரு மணி ஆகிறது - It is one 'o'clock

இரண்டு மணி ஆகிறது - It is two 'o'clock

Simply add "ஆகிறது" after the time followed by "மணி"

00:30

Remove உ and add அரை   remove உ and add ர

STANDARD		COLLOQUIAL	
ஒன்று	ஒன்றரை	ஒன்னு	ஒன்-ர
இரண்டு	இரண்டரை	ரெண்டு	ரெண்ட்-ர
மூன்று	மூன்றரை	மூனு	மூன்-ர
நான்கு	நான்கரை	நாலு	நால்- ர
ஐந்து	ஐந்தரை	அஞ்சு	அஞ்ச-ர
ஆறு	ஆறரை	ஆறு	ஆற்-ர
ஏழு	ஏழரை	ஏழு	ஏழ்-ர
எட்டு	எட்டரை	எட்டு	எட்-ர
ஒன்பது	ஒன்பதரை	ஒம்போது	ஒம்போத்-ர
பத்து	பத்தரை	பத்து	பத்-ர

00:15

Just add "ஏகால்" to the numbers

Standard: ஒன்றேகால் (01:15)

Colloquial: ஒன்னேகால்

00:45

Add ஏமுக்கால் (மூன்று கால்) "lit. three quarters"

Standard: மூன்றேமுக்கால் (03:45)

Colloquial: மூனேமுக்கா(ல்) (in spoken, ல் is dropped in ஏமுக்கால்)

OTHER MINUTES

For other minutes, add the minutes

Standard: ஐந்து மணி நாற்பத்தி எழு நிமிடங்கள்

Colloquial: அஞ்சு நாபத்தி எழு

To say at a certain time, add "-உக்கு"

- ❖ எப்பொழுது வருகிறான்? (When is he coming?)
- ❖ காலை எட்டு மணிக்கு (At 8 in the morning)
- ❖ மதியம் இரண்டு மணிக்கு (At 2 in the afternoon)
- ❖ சாயங்காலம் நான்கு மணிக்கு (At 4 in the evening)
- ❖ இராத்திரி பதினோரு மணிக்கு (At 9 in the night)

- ➤ எப்போ வறா(ன்)?
- ➤ காத்தால எட்டு மணிக்கு
- ➤ மதிய(ம்) ரெண்டு மணிக்கு
- ➤ சாயங்கால(ம்) நாலு மணிக்கு
- ➤ இராத்திரி பதினோரு மணிக்கு

VOCABULARY

காலை	காத்தால/காலைல	Morning
மதியம்	மதிய(ம்)/மதியான(ம்)	Afternoon
சாயங்காலம்	சாயங்கால(ம்)/சாயந்தர(ம்)	Evening
இராத்திரி/இரவு	ராத்திரி	Night
மணி	மணி	Hour
நிமிடம்	நிமிஷம்	Minutes
நிமிடங்கள்	நிமஷங்க(ள்)	Minutes
வினாடிகள்	செகண்ட்ஸ்	Seconds

It is "பதினோரு" because it comes before "மணி," a noun. (refer Lesson 6)

PRONUNCIATION

Words that start with "ர" are usually accompanied by an 'இ.' This is sometimes not even pronounced in the standard version, but as native words should be only one of the four consonants, 'இ' is added. Therefore, "ராமர்" is written as "இராமர்" but pronounced as "ராமர்" That is why 'இ' is not added and not put in brackets in this book. Also writing down casual speech, in general, does not require so many rules.

But in trains, while announcing, you may hear.

"பெங்களூர் இரயில் மூன்றாவது நடைமேடையிலிருந்து புறப்படுகிறது" (The train to Bangalore is leaving from platform number three)

"பெங்களூர் ரயில் மூனாவது பிளாட்ஃபார்ம்-லிருந்து கிளம்புது"

VOCABULARY

மூன்றாவது	மூனாவது	Third
நடைமேடை	பிளாட்ஃபார்ம்	Platform
நடைமேடையிலிருந்து	பிளாட்ஃபார்ம்-லிருந்து	...from Platform
புறப்படுகிறது	கிளம்புது	(It) is leaving

To make ordinal numbers such as 1st, 2nd and so on, just add "-ஆவது" at the end of the number.

பதினெட்டாவது (18th)

நூறாவது (100th)

11.2 Can you tell the following time in colloquial Tamil?

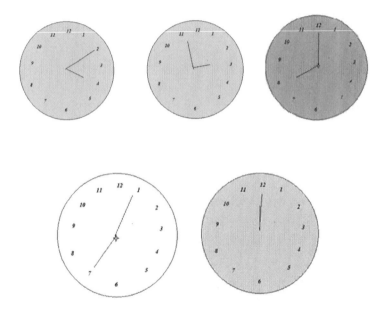

LESSON 13

THE SHOP IS NOT YET OPEN

Dialogue

- ❖ கடை இன்னும் திறக்கவில்லையா? (The shop is not open yet?)
- ❖ இல்லை, பத்து மணிக்கு தான் திறக்கும் (No, it opens only at 10)
- ❖ சரி, நான் ஒரு பத்தரை மணி அளவில் வருகிறேன் (I will come around 10:30)

- ➤ -க(டை) இன்னு(ம்) திறக்கலையா?
- ➤ -இல்(லை), பத்து மணிக்கு தா(ன்) திறக்(கும்)
- ➤ -சரி, நா(ன்) ஒரு பத்-ர மணிக்கா வறே(ன்)

VOCABULARY

கடை	க(டை)	Shop
இன்னும்	இன்னு(ம்)	Yet
தான்	தா(ன்)	Only
ஒரு... அளவில்	ஒரு ... க்கா	About
திற	திற/தொற	Open

ஒரு

As we already saw the difference between ஒரு and ஒன்று. It is necessary to also note that there are some special cases where we can use ஒரு. "ஒரு... அளவில்" means 'around.'

Also, "ஒரு அளவுக்கு"with no other word in between means "to a certain extent"; also the standard and colloquial forms are same, but in time expression, they are different.

பரவாயில்லை *It is okay*

- ❖ உங்கள் கணவருக்கு இப்பொழுது பரவாயில்லையா? (Is your husband okay now?)
- ❖ இப்பொழுது ஒரு அளவுக்கு பரவாயில்லை (Now he is okay to a certain extent)

- ➤ உங்க(ள்) கணவருக்கு இப்போ பரவாயில்லையா?
- ➤ இப்பபோ ஒரு அளவுக்கு பரவாயில்(லை)

DECLENSION OF POSSESSIVE ADJECTIVES

The "possessive adjectives do not decline as per the case." So, in the sentence "My cat is there" or "I gave it to my cat," "My" will not change to whatever case "cat" declines.

என் பூனைக்கு கொடுத்தேன் - (To my cat, (I) gave)

என் பூனை அங்கே இருக்கிறது - (My cat is there)

'என்'(my) does not change, but always comes before the noun

Telling Age

- ❖ உன் வயதென்ன? (வயது + என்ன = வயதென்ன) (How old are you?)
- ❖ எனக்கு இருபத்தி மூன்று. (I am twenty-three) ("I" in dative case)

- ➤ உ(ன்) வயசென்ன? (வயசு + என்ன = வயசென்ன) Remember that "ச" should always be pronounced as "s" unless it is "ச்ச"
- ➤ எனக்கு இருவத்திமூனு.

You can also use "ஆகிறது"

உங்களுக்கு என்ன வயசாவுது?

எனக்கு முப்பது வயசாகுது. உங்களுக்கு?

எனக்கு இரவத்தெட்டு.

வயது	வயசு	Age
ஆகிறது	ஆவுது/ஆகுது/ஆது	It is... (The age is...)
ஆகவில்லை	ஆவல/ஆகல/ஆல	It is not... (The age is not...)

FAMILY குடும்பம்

தாத்தா	தாத்தா	Grandfather
பாட்டி	பாட்டி	Grandmother
அப்பா	அப்பா	Father
அம்மா	அம்மா	Mother
அண்ணன்	அண்ண(ன்)	Elder brother
அக்கா	அக்கா	Elder sister
தம்பி	தம்பி	Younger brother
தங்கை	தங்கச்சி*	Younger sister
மாமா	மாமா	Uncle)
அத்தை	அத்(தை)	Aunt
சித்தப்பா	சித்தப்பா	Uncle
சித்தி	சித்தி	Sister
பெரியப்பா	பெரியப்பா	Uncle
பெரியம்மா	பெரியம்மா	Aunt
மகன்	மக(ன்)	So
மகள்	மக(ள்)	Daughter
பேரன்	பேர(ன்)	Grandson
பேத்தி	பேத்தி	Granddaughter

"Uncle" and "Aunt" can be slightly trickier. Male siblings of the father are considered to be a little father or big father and female siblings of mother are considered to be big mother or small mother.

The female siblings of father and male siblings of mother are "அத்தை" and "மாமா" respectively.

உனக்கு கூடபிறந்தவர்கள் இருக்கிறார்களா?
Do you have siblings?

We can answer with "இருக்கிறார்கள். மூன்று பேர்" (There are. Three of them)

கூட பிறந்தவர்கள்	கூட பிறந்தவங்க(ள்)/ கூட பொறந்தவங்க(ள்)	Siblings (lit. those who are born with)

13.1 How do you call?

1. Your father's younger brother

2. Your elder sister

3. Your mother's younger brother

4. Your grandfather

5. Your little sister

LESSON 14

WHERE ARE YOU GOING?

Dialogue

- ❖ எங்கே செல்கிறாய்? (Where are you going?)
- ❖ படம் பார்க்க செல்கிறேன். நீ? (I am going to watch movie; you?)
- ❖ நான் என் அண்ணன் வீட்டுக்கு செல்கிறேன். படம் எப்படி இருந்தது?

  (I am going to my brother's house. How was the movie?)
- ❖ ஏதோ. அவ்வளவு நன்றாக ஒன்றும் இல்லை. உன் அண்ணன் எப்படி இருக்கிறார்?

  (Well... It was not that good. How is your brother?)
- ❖ மிகவும் சந்தோசமாக இருக்கிறான். சென்ற வருடம், நான் அவனுக்கு ஒரு கேமரா வாங்கிக்கொடுத்தேன். இப்பொழுது எனக்கு அது தேவை படுகிறது, அதனால் அவரிடமிருந்து வாங்கி கொண்டு செல்லலாம் என்று அவன் வீட்டுக்கு செல்கிறேன். (He is very happy. Last year, I bought him a camera. Now, I am in need of it. So, I am going to his house to get it).

- ➤ எங்(கே) போற?
- ➤ படம் பாக்க போறே(ன்). நீ?
- ➤ நா(ன்) எ(ன்) அண்ண(ன்) வீட்டுக்கு போறே(ன்). பட(ம்) எப்படி இருந்தது?
- ➤ ஏதோ. அவ்வளவு நல்லா ஒன்னு(ம்) இல்(லை). உ(ன்) அண்ண(ன்) எப்படி இருக்கிறா(ர்)?
- ➤ ரொம்ப சந்தோஷமா இருக்கா(ன்). போன வருஷ(ம்), நா(ன்) அவனுக்கு ஒரு கேமரா வாங்கிக்குடுத்தே(ன்). இப்போ எனக்கு அது தே(வை) படுது, அதனால அவர்-கிட்டருந்து வாங்கி-டு போலா(ம்) -னு அவ(ன்) வீட்டுக்கு போறே(ன்).

VOCABULARY

செல்	போ	Go
படம்	பட(ம்)	Movie
மிகவும்	ரொம்ப	Very
தேவை படுகிறது	தே(வை) படுது	I need, you need...
கொண்டு	-டு	(See grammar)
என்று ~	னு~	~that
வருடம்	வருஷ(ம்)/வருச(ம்)	Year

என்று (-னு)

This also has the following meaning in addition to that we saw in Lesson 7

"அவர்கள் வருகிறார்கள்" **என்று** சொன்னேன் - I said/told **that** they are coming.

அவங்க(ள்) வராங்க(ள்) **னு** சொன்னே(ன்)

To say "...that..." "என்று" is used as the conjunction.

Literally, it means "they are coming (is what) (I) told."

"-னு சொன்னேன்" is further shortened to "ன்னே(ன்)" and it is not advisable to use it as it shows that the person is very informal but not necessarily rude.

"கணினி" என்றால் என்ன?

❖ "கணினி" என்றால் என்ன? (What does "kanini" mean?)

➤ "கணினி" னா என்ன?

❖ அப்படி என்றால் "கம்ப்யூட்டர்" என்று அர்த்தம் (It means "computer")

➤ கணினி னா "கம்ப்யூட்டர்" -னு அர்த்த(ம்)

Grammar

The verb "கொள்" means "to take" but it is also used in tense constructions. Let us see how to use it, in the present and past progressive tense.

Present progressive: In Tamil, present and present progressive tense are interchangeable with few exceptional situations. For example: In English, "I eat apple every day" is a routine action whereas "I am eating an apple" means you are currently doing it. However in Tamil, present and present progressive have pretty much the same meaning, even though present progressive stresses the fact that you are in the middle of doing the action.

The present tense emphasizes *on what he is "currently" doing and what he may/will do in the future*

Whereas present progressive emphasizes more *on what the person is doing and currently doing*

அவன் என்ன செய்கிறான்/அவன் என்ன செய்து கொண்டிருக்கிறான்? (What is he doing?)

அவன் சாப்பிடுகிறான்/அவன் சாப்பிட்டு கொண்டிருக்கிறான் (He is eating).

Now note the difference between the below two sentences:

நான் நாளைக்கு வருகிறேன் (I will come tomorrow)

நான் வருகிறேன் (I am coming)

நான் வந்து கொண்டிருக்கிறேன் (I am on the way)

To form the present progressive tense, take the "Past stem" (that is the verb conjugated in the past and without the pronoun ending) and add "கொண்டிருந்தேன் (கொண்டு + இருந்தேன்)"

ஆடி + கொண்டிருக்கிறேன் = ஆடிக்கொண்டிருக்கிறேன்

படித்த் + உ + கொண்டிருக்கிறேன் = படித்துக்கொண்டிருக்கிறேன்

Colloquial

Take the "Past stem" (that is verb conjugated in past and without the pronoun ending) and add "டிருக்கே(ன்)" which is டு + இருக்கே(ன்). Spelling changes such as "த்த்" to "ச்ச்," "ய்த்" to "ஞ்ச்" etc. also happens.

ஆடி + டிருக்கே(ன்) = ஆடி-டிருக்கே(ன்)

படிச்ச் + உ + டிருக்கே(ன்) = படிச்சு-டிருக்கே(ன்)

Contrary to present progressive, past progressive makes a clear distinction between what one "was doing" and what one "has done/did" as in English. To form the past progressive tense, take the "Past stem" (that is verb conjugated in past and without the pronoun ending) and add "கொண்டிருந்தேன் (கொண்டு + இருந்தேன்)."

நான் *வந்தேன்* is "I came," whereas, நான் *வந்து கொண்டிருந்தேன்* is "I was coming."

To form the progressive tense, take the "Past stem" (that is verb conjugated in past and without the pronoun ending) and add "கொண்டிருந்தேன் (கொண்டு + இருந்தேன்)"

ஆடி + கொண்டிருக்கிறேன் = ஆடிக்கொண்டிருந்தேன்

படித்த் + உ = படித்துக்கொண்டிருந்தேன்

COLLOQUIAL (spelling changes such as "த்த்" to "ச்ச்," "ய்த்" to "ஞ்ச்" etc. are applied)

ஆடி + டிருந்தேன் = ஆடி-டிருந்தேன்

படிச்ச் + உ + டிருந்தேன் = படிச்சு-டிருந்தேன்

இருந்தேன்	இருந்தே(ன்)
இருந்தாய்	இருந்த
இருந்தான்	இருந்தா(ன்)
இருந்தாள்	இருந்தா(ள்)
இருந்தார்	இருந்தா(ர்)/இருந்தாங்க(ள்)
இருந்தது	இருந்தது
இருந்தோம்	இருந்தோ(ம்)
இருந்தீர்கள்	இருந்தீங்க(ள்)
இருந்தார்கள்	இருந்தாங்க(ள்)

IN ORDER TO

A suffix is added to the verb to indicate the intention for which another action is done.

"பார்க்க செல்கிறேன்" (*To go in order to/for see/seeing*)

For verbs with "-க்கிற்-", remove "இற்" and add "அ" to its main verb

கிழிக்கிறேன் = கிழிக்க

பார்க்கிறேன் = பார்க்க

For verbs with "-கி-" remove –இ and add –அ to its main verb

எழுதுகிறேன் = எழுத

ஓடுகிறேன் = ஓட

சாப்பிடுகிறேன் = சாப்பிட

PRESENT OR INFINITIVE STEM

The above form that we just saw (for "IN ORDER TO") is very useful to construct other tenses and this is referred to as infinitive stem.

Here is a complete list of go and come in the past (standard and colloquial)

வந்தேன்	வந்தே(ன்)
வந்தாய்	வந்த
வந்தான்	வந்தா(ன்)
வந்தாள்	வந்தா(ள்)
வந்தார்	வந்தா(ர்)/வந்தாங்க(ள்)
வந்தது	வந்தது/வந்துச்சு*
வந்தோம்	வந்தோ(ம்)
வந்தீர்கள்	வந்தீங்க(ள்)
வந்தார்கள்	வந்தாங்க(ள்)

சென்றேன்/போனேன்	போனே(ன்)
சென்றாய்/போனாய்	போன
சென்றான்/போனான்	போனா(ன்)
சென்றாள்/போனாள்	போனா(ள்)
சென்றார்/போனார்	போனா(ர்)/போனாங்க(ள்)
சென்றது/போனது	போச்சு*
சென்றோம்/போனோம்	போனோ(ம்)
சென்றீர்கள்/போனீர்கள்	போனீங்க(ள்)
சென்றார்கள்/போனார்கள்	போனாங்க(ள்)

(In standard version, "செல்" is used frequently whereas the colloquial version "போ" is used)

*In the colloquial version, போச்சு is used instead of போனது; however, as for வந்தது, வந்தது and வந்துச்சு are used alternatively. The same is true for இருந்தது which is also said as இருந்துச்சு.

எ/அ/இ

A) எது/அது/இது (standard and colloquial are the same)

E.g.: எது? Which one? (as a "Noun")

- இது! This one (right here)!
- அது! That one (right there)!

B) எந்த/அந்த/இந்த (standard: மிருகம், colloquial: மிருக(ம்))

Which/this/that (as a "Demonstrative adjective")

E.g: எந்த மிருகம்? – Which animal?

இந்த மிருகம் – This animal

அந்த மிருகம் – That animal

C) எங்கே/அங்கே/இங்கே

E.g.: எங்கே?

❖ இங்கே இருக்கிறது (It is here)

❖ அங்கே இருக்கிறது (It is there)

❖ அதோ, அங்கே இருக்கிறது (It is over there)

Colloquial: எங்(கே)/அங்(கே)/இங்(கே)

E.g.: எங்(கே)?

❖ இங்(கே) இருக்கு (It is here)

❖ அங்(கே) இருக்கு (It is there)

❖ அதோ, அங்(கே) இருக்கு (It is over there)

LESSON 15

ADJECTIVES

Dialogue

- ❖ அவர்கள் வீடு மிகவும் பெரிதாக இருக்கிறதல்லவா? (Their house is big, isn't it?)
- ❖ ஆம். இது மிகவும் பெரிய வீடு. (yes, it's a very big house)
- ❖ உனக்கு அவர்களை தெரியுமா? (Do you know them?)
- ❖ எனக்கு தெரியாது. (I don't)

- ➤ அவங்க(ள்) வீடு ரொம்ப பெருசா இருக்குதில்ல?
- ➤ ஆ(ம்). இது ரொம்ப பெரிய வீடு
- ➤ உனக்கு அவங்க(ளை) தெரியுமா?
- ➤ எனக்கு தெரியாது

VOCABULARY

பெரியது	பெருசு	Big
சிறியது/சின்னது	சின்னது	Small
புதியது	புதுசு	New
பழையது	பழைசு	Old
குட்டை/சின்னது	குட்(டை)/சின்னது	Short
உயரம்	உயர(ம்)	Tall
அழகு	அழகு	Beauty
அசிங்கம்	அசிங்க(ம்)	Ugliness
சுத்தம்	சுத்த(ம்)	Cleanliness/Hygiene

அழுக்கு	அழுக்கு	Dirt
மகிழ்ச்சி	மகிழ்ச்சி	Happiness
சந்தோசம்	சந்தோஷ(ம்)	Happiness
சோகம்	சோக(ம்)	Sadness
எளிது	ஈசி	Simple/easiness
கடினம்	கஷ்ட(ம்)	Difficulty

A) Adjective before nouns.

- ❖ Adjectives such as old, new, etc., is formed by removing "து" at the end

  That is, பெரியது becomes பெரிய. E.g.: பெரிய வீடு, சின்ன நாய்

- ❖ However, adjectives that are derived from nouns take the ending, -ஆன

  சுத்தமான இடம், சந்தொசமான குடும்பம்

- ❖ If it ends with a vowel such as –உ, remove it and add –ஆன

  எளிது = எளித் + ஆன = எளிதான பாடம்

- ❖ Also, adjectives of foreign origin also take, -ஆன

- – ஈசி = ஈசி + ய் + ஆன = ஈசியான (we add 'ய்' in between as they both are vowels)

B) If you want to describe the state, such as, "that is beautiful" or "that is big," instead of "it is a big house," add "ஆக" instead of "ஆன"

- ❖ For adjectives such as new, old, etc., just add "-ஆக" after removing "-உ"

  பெரியது – பெரியத் + ஆக = பெரியதாக

  சின்னது – சின்னத் + ஆக = சின்னதாக

- ❖ For syllabic-alphabets such as 'ம்,' directly add "ஆக"

  சோகம் = சோகம் + ஆகா = சோகமாக

  மகிழ்ச்சி = மகிழ்ச்சி + ய் + ஆகா (we add 'ய்' in between as they both are vowels)

SPELLING FOR COLLOQUIAL VERSION:

- In section A, the ending is "ஆன" for both standard and colloquial but pay attention to the overall adjective spelling. E.g.: புதுசான வீடு, (*exception: சின்னது becomes சின்ன)

- In section B, the ending "ஆக" becomes "ஆ" in colloquial

  E.g.: சின்னதாக becomes சின்னதா

  பெரியதாக becomes பெருசா

  புதியதாக becomes புதுசா

  பழையதாக becomes பழைசா

அந்த வீடு பெ*ரியதாக* இருக்கிறது — அந்த வீடு பெரு*சா* இருக்கு

அந்த ஆண் அழ*காக* இருக்கிறான் — அந்த ஆளு அழ*கா* இருக்கா(ன்)

அந்த பெண் அழ*காக* இருக்கிறாள் — அந்த பொன்னு அழ*கா* இருக்கா(ள்)

இந்த அறை அழுக்*காக* இருக்கிறது — இந்த ரூம் அழுக்*கா* இருக்கு

பெண்	பொன்னு/lady	Woman/lady/female	
ஆண்	ஆளு	Man/male	
அறை	ரூம்	Room	

For a woman, "lady" should be used instead of "பொன்னு"

Dialogue

Mani takes his friend to his house. His friend asks him questions along the way.

- இது உன் வீடா? (Is this your house?)

- இல்லை, இன்னும் கொஞ்சம் தூரம் நடக்க வேண்டும். (No, we have to walk a little further)

- இதுவா உன் வீடு? (Is this your house?)

❖ இன்னும் கொஞ்சம் தூரம் (A little further)

❖ இப்பொழுதாவது சொல்! (Tell me at least now!)

❖ வந்துவிட்டோம். இதோ, இதுதான் என் வீடு (We have reached. Here, this is my house)

➤ இது உ(ன்) வீடா?

➤ இல்(லை), இன்னு(ம்) கொஞ்ச(ம்) தூர(ம்) நடக்க -ணும்.

➤ இதுவா உ(ன்) வீடு?

➤ இன்னு(ம்) கொஞ்ச(ம்) தூர(ம்)

➤ இப்போதாவது சொல்லு!

➤ வந்து-ட்டோ(ம்). இதோ, இதுதா(ன்) எ(ன்) வீடு.

VOCABULARY

தூரம்	தூர(ம்)	Distance, far
கொஞ்சம் தூரம்	கொஞ்ச(ம்) தூர(ம்)	A little far/distance
இப்பொழுதாவது	இப்போதாவது/இப்பயாவது	At least now
இப்பொழுது	இப்போ	Now

GRAMMAR

"இது உன் வீடா?" and "இதுவா உன் வீடு?" are same.

As you already know, the two nouns can be placed anywhere in a sentence unless there is a verb, which should be at the end.

In the above expression, where there is no verb, the question marker is used on the last noun and the word "question-marked" is slightly emphasized.

இது உன் வீடா?/உன் வீடு இதுவா?

Is this *your house? Is this* your house?

உன் வீடா இது?/இதுவா உன் வீடு?

Friend looks at a photo and is surprised that he does not look anything at all like he does in the photo.

நீயா இது?

❖ ஆம். நான் தான்

ஆம்	ஆமா/ஆ(ம்)	yes

Since "நீ" ends with a vowel, "ய்" is added.

இன்னும் x இன்னும் இல்லை

"இன்னும்" means "still/yet" and "இன்னும் இல்லை" means not yet

❖ வந்துவிட்டோமா? (Have we reached?)

❖ இன்னும் கொஞ்சம் நேரம் (Still a little more time)

❖ வந்துவிட்டோமா? (Have we reached?)

❖ இன்னும் இல்லை (Not yet)

➤ வந்து-ட்டோமா?

➤ இன்னு(ம்) கொஞ்ச(ம்) நேர(ம்)

➤ வந்து-ட்டோமா?

➤ இன்னு(ம்) இல்(லை)

Verb in Present/Infinitive Stem + வேண்டும்

This means "have to/must + verb "or "should + verb"

Consider these sentences

1. நீ எழுத வேண்டும் (You have to write/you must write)

2. நீ எழுத வேண்டாம் (You need not write/you do not have to write)

Negative: "you must not/should not" is "கூடாது"

நீ எழுத கூடாது! (You should not write/you must not write!)

❖ இங்கே கை எழுத்து போட வேண்டுமா? (Do I have to sign here?)

❖ இல்லை. அங்கே போடக்கூடாது! (No you must sign there!)

However, to reply "that is not necessary" without exaggerating or emphasizing as in "you must not!" we can use "வேண்டாம்."

❖ இங்கே கை எழுத்து போட வேண்டுமா? (Do I need to sign here?)

❖ இல்லை. அங்கே போட வேண்டாம் (No, that is not necessary)

COLLOQUIAL

When வேண்டும் comes after the verb, it is further shortened to –ணுமா in affirmative

❖ இங்(கே) கை எழுத்து போட-ணுமா?

❖ ஆ(ம்), அங்(கே) போட-ணு(ம்)

❖ இல்லை. அங்கே போட வேணா(ம்)

❖ இல்(லை). அங்கே போடக்கூடாது!

SUMMARY ON CASES

Until now, we have seen nominative, dative and locative cases.

Nominative is nothing but the subject itself.

Dative is used when one is giving "to" someone or "for" someone. That is, the receiver is put in the dative case. Dative cases are also used in front of some verbs which need not be conjugated.

Locative case is used with places.

15.1 Put the words as per their cases:

1. (உங்கள் வீடு) எங்கே இருக்கிறது?

2. நான் (நடிகை)

3. எங்கே (அவன்) இருக்கிறான்?

4. (நீங்கள்) தெரியுமா?

5. (அவர்கள்) தெரியுமா?

6. (விளையாடு) பிடிக்குமா?

LESSON 16

I DO NOT KNOW THIS PLACE

Dialogue

Mani asks his new colleague some details. He also has an encounter with his old friends.

- ❖ எனக்கு இந்த இடம் சரியாக தெரியாது. தேனீ செல்கிற பேருந்து எங்கே இருக்கிறது? (I do not know this place well. Where is the bus which goes to Theni?)
- ❖ அதோ அங்கே இருக்கிறது. (That is over there).
- ❖ நன்றி. எனக்கு உங்களுடைய கைபேசி எண் தெரியாது. கொஞ்சம் சொல்கிறீர்களா? (Thanks. I do not know your phone number. Could you tell me?)
- ❖ கண்டிப்பாக. வேறேதாவது வேண்டுமா? (Of course. Do you need anything else?)
- ❖ உங்களுக்கு பேருந்து எண் எதுவென்று தெரியுமா? (Do you know the bus number?)
- ❖ ஐயோ, மன்னியுங்கள். எனக்கு தெரியாது. (Oh my... I am sorry, I don't know).
- ❖ எனக்கு அவர்களை தெரியும். அவர்களிடம் கேட்கிறேன், நன்றி (I know them. I will ask them).
- ❖ சரி. (okay).

- ➤ எனக்கு இந்த இட(ம்) சரியா தெரியாது. தேனீ போற பஸ் எங்(கே) இருக்கு?
- ➤ அதோ அங்(கே) இருக்கு.
- ➤ தாங்க்ஸ். எனக்கு உங்களோட போன் நம்பர் தெரியாது. கொஞ்ச(ம்) சொல்றீங்களா?

➤ கண்டிப்பா. வேறேதாவது வேணுமா?

➤ உங்களுக்கு பஸ் நம்பர் எது-னு தெரியுமா?

➤ ஐயோ, சாரி. எனக்கு தெரியாது.

➤ எனக்கு அவங்க(ளை) தெரியு(ம்). அவரங்க(ள்)-கிட்ட கேட்கிறே(ன்), தாங்க்ஸ்.

➤ சரி.

VOCABULARY

சரியாக	சரியா	Properly
கைபேசி எண்	போன் நம்பர்	Phone number
பேருந்து எண்	பஸ் நம்பர்	Bus number
கேட்கிறேன்	கேட்கிறே(ன்)	I (will) ask
மன்னியுங்கள்	சாரி	Sorry

Accusative Case

Accusative case is used when the object is direct. For example: (நான் என் தம்பிக்கு பந்தை கொடுத்தேன்) I gave a ball to my brother.

Here, *"I"* is in nominative case, *"a ball"* is in accusative case and *"to my brother"* is in dative case.

To form the accusative case, just add "ஐ" to the end of the verb. (For words ending in "ம்" changes to த்த்; "ஐ" changes to யை; "டு, று" double the consonant, remove –உ add the ending "ஐ")

SENTENCE STRUCTURE

Subject, direct object and indirect object can all come in any place but the verb is always at the last.

As we use accusative to highlight "the word to which the action is done" and dative to highlight "the word *to* whom/which the action is performed," can be placed anywhere in front of the verb. Also, as the verb ending itself indicates "the person doing the action," the subject can be omitted.

நான் என் தம்பிக்கு பந்தை கொடுத்தேன்

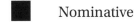

என் தம்பிக்கு **நான்** பந்தை கொடுத்தேன்

என் தம்பிக்கு பந்தை **நான்** கொடுத்தேன்

பந்தை **நான்** என் தம்பிக்கு கொடுத்தேன்

நான் பந்தை என் தம்பிக்கு கொடுத்தேன்

Nominative

Dative

Accusative

SUBJECT PRONOUNS IN THE ACCUSATIVE

Me	என்னை	என்(னை)
You	உன்னை	உன்(னை)
Him	அவனை	அவ(னை)
Her	அவளை	அவ(ளை)/அவங்க(ளை)
Him/her	அவரை	அவ(ரை)
It	அதை	அ(தை)
Us	நம்மை	நம்பல* நம்மல*
Us	எங்களை	எங்க(ளை)
You	உங்களை	உங்க(ளை)
Them	அவர்களை	அவங்க(ளை)

16.1 Translate the following:

1. Do you know them?
2. Do you want it?
3. I have it.
4. I do not have
5. They like you.
6. You like us.

THE RECENT PAST

To say "I have just," "you have just," etc., put "<u>இப்பொழுது தான்</u>" in front of the verb in past tense.

❖ ஊரிலிருந்து எப்பொழுது வந்தாய்? (When did you come?) (lit. When did you come from the city?)

❖ இப்பொழுது தான் (Just now).

➤ ஊரிலிருந்து எப்போ வந்த?

➤ இப்போ தா(ன்)

❖ எப்பொழுது எழுந்திரித்தாய்? (When did you wake up?)

❖ இப்பொழுது தான் எழுந்திருத்தேன் (Just now).

➤ எப்போ எழுந்திரிச்ச?

➤ இப்போ தா(ன்) எழுந்திரிச்சே(ன்)

❖ இப்பொழுது தான் கூப்பிட்டாயா? (Did you just call?)

➤ இப்போ தா(ன்) கூப்பிட்டியா?

NEAR FUTURE

When you want to describe something that will happen in the near future which, in English, one would say "I am going to...," simply conjugate the verb "to go" in the present tense preceded by the verb in its present/infinitive stem.

நான் சாப்பிட போகிறேன் (I am going to eat).

நான் சாப்பிட போறே(ன்)

LESSON 17

I AM GOING BY CAR

Dialogue

- எப்பொழுது செல்கிறீர்கள்? (When are you going?)
- நான் நாளைக்கு செல்கிறேன் (I am going tomorrow).
- எப்படி செல்கிறீர்கள்? (How are you going?)
- இரயிலில் செல்கிறேன் (I am going by train).
- காரில் செல்லலாம் அல்லவா? (You can go by car).
- கொஞ்சம் சீக்கிரமாக சேரவேண்டும், அதனால் இரயிலில் செல்கிறேன் (I have to reach early, so I am going by train).

- எப்போ போறீங்க(ள்)?
- நா(ன்) நாளைக்கு போறே(ன்)
- எப்படி போறீங்க(ள்)?
- ட்ரைன்ல போறே(ன்)
- கார்ல போலா(ம்) (லை)?
- கொஞ்ச(ம்) சீக்கிரமா சேர-ணு(ம்). அதனால ட்ரைன்ல போறே(ன்)

VOCABULARY

இரயிலில்	ட்ரைன்ல	In Train
காரில்	கார்ல	In car
சீக்கிரமாக	சீக்கிரமா	Fast
சேரவேண்டும்	சேர-ணும்	I have to reach

LOCATIVE CASE

This case, apart from describing "to [someplace]," is also used to mean "at [someplace]." To put a word in locative, add "-இல்" for standard and '-ல' for colloquial.

மலை = மலை + ய் + இல் = மலையில் (in the mountains)

Colloquial: மலைல

வீடு = வீட்ட் + இல் = வீட்டில் (at house)

Colloquial: வீட்ல/வீட்ட்ல

Consider these two sentences

என் அப்பா *சிந்கப்பூரில்* இருக்கிறார்

(எ(ன்) அப்பா சிகப்பூர்ல இருக்கா(ர்))

என் அப்பா *சிங்கப்பூருக்கு* செல்கிறார்

(எ(ன்) அப்பா சிங்கப்பூருக்கு போறா(ர்))

The first sentence indicates the location at which the person is—"At Singapore" is "சிங்கப்பூரில்"

The second sentence is "to where" the person is going/moving—"To Singapore" is "சிங்கப்பூருக்கு"

MEANS OF TRANSPORTATION

The locative case is also used to describe the means by which you travel. E.g.: I am going <u>by car.</u>

❖ காரில் செல்கிறீர்களா? (Are you going by car?)

❖ இல்லை, பேருந்தில் செல்கிறேன் (No, I am going by bus)

➤ கார்ல போறீங்களா?

➤ இல்(லை), பஸ்ல போறே(ன்)

STANDARD	STANDARD (LOC).	COLLOQUIAL (LOC).
வண்டி	வண்டியில்	வண்டில
ஸ்கூட்டர்	ஸ்கூட்டரில்	ஸ்கூட்டர்ல
மிதிவண்டி	மிதிவண்டியில்	சய்க்கில்ல
இரயில்	இரயிலில்	ட்ரைன்ல
பேருந்து	பேருந்தில்	பஸ்ல
விமானம்	விமானத்தில்	ஃபிலைட்ல
கார்	காரில்	கார்ல

The syllabic-alphabet 'ஃ' used to be used in many literary texts. Today, the letter is used to change the sound 'p' to 'f.' So, "ஃபிலைட்ல" sounds "*flightla,*" but some people omit this and simply right "பிலைட்ல" but this can be pronounced as "*flightla*" or "*plightla.*"

எதையாவது/அதயாவது/இதையாவது

எதையாவது சொல் means "say something."

அதயாவது சொல்

This means "say at least that." For example: The listener forgets where the keys are. So, the speaker presses the listener for an answer by saying "Where were you at 11? Tell me <u>at least that</u>."

இதையாவது சொல்

This means "say at least this." For example: The listener has forgotten to convey important information. So this time, the speaker says "Tell him at least this information."

Imperatives

Imperatives are nothing but commands we give. We can only command others (single or many), and even if we command our own selves, it is to be done as it would be to a second person. In addition, "Let's" is also a type of command but including oneself.

The version used for non-conjugated verbs are themselves "imperative informal singular," that is, the imperative of the verb "இரு" is also "இரு." For "formal singular" or "plural," simply add "ங்கள்." If it ends with "ய்," add "யுங்கள்."

STANDARD	COLLOQUIAL	STTANDARD	COLLOQUIAL
சொல்	சொல்லு*	சொல்லுங்கள்	சொல்லுங்க(ள்)
எழுது	எழுது	எழுதுங்கள்	எழுதுங்க(ள்)
படி	படி	படியுங்கள்	படிங்க(ள்)
கிழி	கிழி	கிழியுங்கள்	கிழிங்க(ள்)
பேசு	பேசு	பேசுங்கள்	பேசுங்க(ள்)
வாசி	வாசி	வாசியுங்கள்	வாசிங்க(ள்)
தூங்கு	தூங்கு	தூங்குங்கள்	தூங்குங்க(ள்)
மூடு	மூடு	மூடுங்கள்	மூடுங்க(ள்)
தேடு	தேடு	தேடுங்கள்	தேடுங்க(ள்)

"LET US...": Take present tense of the verb, and instead of the subject-pronoun ending, add "-அலாம்"

❖ தமிழ் படிக்கலாம்! (Let us study Tamil!)

➤ தமிழ் படிக்கலாம்!

This is also used in another case: "Can I...," but not the same as "to be able to," but rather to request or to know if it is permitted.

A)

❖ இங்கே உட்காரலாமா? (Can I sit here)

➤ இங்(கே) உக்காரலாமா?

* ❖ உட்காரலாம் (Yes, you can (sit))

* ➤ உக்காரலா(ம்)

B)

* ❖ இங்கே புகை பிடிக்கலாமா (Is it allowed to smoke here?)

* ➤ இங்(கே) சிகரெட் பிடிக்கலாமா/இங்(கே) ஸ்மோக் பண்ணலாமா?

* ❖ பிடிக்கலாம் (you can)

* ➤ பிடிக்கலா(ம்)/பண்ணலா(ம்)

LESSON 18

ON THE TOP

Dialogue

❖ அது எங்கே இருக்கிறது? (Where is it?)

❖ அது நாற்காலிக்கு கீழே இருக்கிறது (That is under the chair).

❖ சாவி எங்கே இருக்கிறது? (Where is the key?)

❖ அது தொலைகாட்சிக்கு மேலே இருக்கிறது (Tt is on top of the TV).

❖ அவர்கள் எங்கே இருக்கிறார்கள்? (Where are they?)

❖ அவர்கள் வீட்டுக்கு பின்னாடி இருக்கிறார்கள் (They are behind the house).

❖ அவர்கள் வீட்டுக்கு முன் நின்றுகொண்டிருக்கிறார்கள் (They are standing in front of the house).

➤ அது எங்(கே) இருக்கு?

➤ அது நாற்காலிக்கு/சார்க்கு கீ(ழே) இருக்கு

➤ சாவி எங்(கே) இருக்கு?

➤ அது டிவிக்கு மே(லே) இருக்கு

➤ அவங்க(ள்) எங்(கே) இருக்காங்க(ள்)?

➤ அவங்க(ள்), வீட்டுக்கு பின்னாடி இருக்காங்க(ள்)

➤ அவங்க(ள்), வீட்டுக்கு முன்னாடி நின்னுடிருக்காங்க(ள்)

VOCABULARY

மேலே	மே(லே)	Up/top
கீழே	கீ(ழே)	Down
அடி	அடி	Bottom
முன்	முன்னாடி	Front
பின்	பின்னாடி	Back
ஓரம்	ஓர(ம்)	Corner

To mean "At a place." we will use locative case.

- இரயில் நிலையம் எங்கே இருக்கிறது? (Where is the (railway) station?)
- கடை எங்கே இருக்கிறது? (Where is the shop?)
- வீட்டிக்கு பக்கத்தில் இருக்கிறது (It is near the house).
- பேனா எங்கே இருக்கிறது? (Where is the pen?)
- அறையின் ஓரத்தில் இருக்கிறது (It is in the room's corner).*

- ஸ்டேஷன் எங்(கே) இருக்கு?
- க(டை) எங்(கே) இருக்கு?
- வீட்டுக்கு பக்கத்தல இருக்க்கு
- பேனா எங்(கே) இருக்கு?
- ரூம் ஓரத்த(ல) இருக்கு

VOCABULARY:

கட்டில்	கட்டில்	Bed
மெத்தை	மெத்(தை)	Pillow
போர்வை	போர்(வை)	Blanket
அறை	ரூம்	Room
படுக்கை அறை	பெட்ரூம்	Bedroom
சமையலறை	கிட்சென்	Kitchen
குளியலறை	பாத்ரூம்	Bathroom
கழிவறை	பாத்ரூம்	Toilet
முகப்புக் கூடம்/ஹால்	ஹால்	Living room
மாடி	மாடி	Terrace
படிகெட்டு	படிகெட்டு	Stairs
குழாய்	குழா(ய்)/கொழா	Tap
தண்ணீர்	தண்ணீ	Water
செடி	செடி	Plant

Can you tell me "where the kitchen, the bathroom and the hall are located?"

To say "and" in standard version, it is "மற்றும்" and in colloquial, "அப்பிர(ம்)" is frequently used.

LESSON 19

HOW MANY ARE THERE?

Dialogue

- ❖ உங்கள் வீட்டில் எத்தனை பேர் இருக்கிறார்கள்? (How many of them are there in your house?)

- ❖ எங்கள் வீட்டில் மூன்று பேர் இருக்கிறோம். உங்கள் வீட்டில்? (There are three (people) in my house. At your's? (At your house?))

- ❖ நான்கு பேர் இருக்கிறோம் (We are four. (people))

- ❖ உங்கள் வீட்டில் நாய் இருக்கிறதா? (Do you have a dog?)

- ❖ இல்லை. உங்களிடம்? (No. Do you have?)

- ❖ எங்களிடம் இரண்டு நாய்கள் இருக்கின்றன (We have two dogs).

- ➤ உங்க(ள்) வீட்ட்(ல) எத்த(னை) பே(ர்) இருக்காங்க(ள்)?

- ➤ எங்க(ள்) வீட்ட்(ல) மூனு பே(ர்) இருக்கோ(ம்). உங்க(ள்) வீட்ட்(ல)?

- ➤ நாலு பே(ர்) இருக்கோ(ம்)

- ➤ உங்க(ள்) வீட்ட்(ல) நாய்ங்க(ள்) இருக்கா?

- ➤ இல்(லை). உங்க(ள்)-கிட்ட?

- ➤ எங்க(ள்)-கிட்ட ரெண்டு நாய்ங்க(ள்) இருக்கு.

VOCABULARY

எத்தனை	எத்த(னை)	How many...?
நாய்கள்	நாய்ங்க(ள்)	Dogs
எத்தனை பேர்	எத்த(னை) பே(ர்)	How many people...?
உங்களிடம்	உங்க(ள்)-கிட்ட	At your side/you have
எங்களிடம்	எங்க(ள்)-கிட்ட	At our side/we have

We already know how to ask someone if they "have" something or "they don't." That is by using "இருக்கிறது/இல்லை." In order to say "There is/there are," we use the same construction.

இருக்கிறார்கள் vs. இருக்கின்றன

The plural "இருக்கிறார்கள்" which we use for 3rd person plural (they) is only for human beings or gods; for the rest, we use "இருக்கின்றன."

E.g.: நாய்கள் இருக்கின்றன

However. in colloquial, you just use the singular form. E.g.: நாய்ங்க இருக்கு

இரண்டு நாய்கள் இருக்கிறது

To talk about the object physically held by someone, the origin of the object such as "receiving from someone" or existence of an animal at one's place will take the locative case "-இடம்." To form this with subject pronouns, simply add "-இடம்" which actually means "place." However, for the colloquial version, add the suffix "-கிட்ட."

என்னிடம்	எ(ன்)-கிட்ட
உன்னிடம்	உ(ன்)-கிட்ட
அவனிடம்	அவ(ன்)-கிட்ட
அவளிடம்	அவ(ள்)-கிட்ட
அவரிடம்	அவ(ர்)-கிட்ட/அவங்க(ள்)-கிட்ட
அதிடம்	அது-கிட்ட
நம்மிடம்	நம்ப-கிட்ட/நம-கிட்ட
எங்களிடம்	எங்க(ள்)-கிட்ட
உங்களிடம்	உங்க(ள்)-கிட்ட
அவர்களிடம்	அவங்க(ள்)-கிட்ட

நாயிடம் பந்து இருக்கிறது (The dog has the ball)

To ask "with whom something is," use "யாரிடம்/யார்-கிட்ட."

❖ என் பேனா யாரிடம் இருக்கிறது? (Who has my pen?)

❖ என்னிடம் இருக்கிறது. (I have it).

➤ என் பேனா யா(ர்)-கிட்ட இருக்கு?

➤ எ(ன்)-கிட்ட இருக்கு.

எத்தனை பேர்?

Usually, the word "people" is "மக்கள்." But as a counter, it is "பேர்."

❖ எத்தனை பேர்? (How many?)

❖ ஒருவர் மட்டுமே (Only one/just one)

➤ எத்த(னை) பே(ர்)?

➤ ஒருத்தர் மட்டு(ம்)

VOCABULARY

மட்டுமே	மட்டு(ம்)	only
பேர்	பே(ர்)	People (as counter)
ஒருவர்	ஒருத்தர்	One (as counter)

Dialogue

❖ உங்களுக்கு கல்யாணம் ஆகிவிட்டதா?

❖ ஆகிவிட்டது. உங்களுக்கு?

❖ எனக்கு இன்னும் ஆகவில்லை.

❖ எனக்கும் இன்னும் இல்லை

VOCABULARY

கல்யாணம்	கல்யாண(ம்)	Marriage
ஆகிவிட்டது	ஆயிடிச்சு	(it) Has happened
ஆகவில்லை	ஆக(லை)	It hasn't happened
ஆகிவிட்டதா	ஆயிடிச்சா	Has (it) happened?

Generally, the term "not married" itself indicates that the person is not married. Terms such as "single" are not frequently used but people from many regions where there is an overuse of English loanwords use it. For example: Take a look at the conversation below:

➤ நீங்க(ள்) married ஆ?

➤ இல்(லை), நா(ன்) single. நீங்க(ள்)?

➤ நா(ன்) married.

தான்

This word is used to emphasize the noun which precedes it.

<u>To say it is not:</u>

நீயா இது?

ஆம், நான் தான்

இல்லை, நான் இல்லை ("No, it is not.")

VERBS WITH "பண்ணுங்க"

Not only foreign loanwords but also words such as "to work" can be expressed by "to do work," "to make food," etc.

❖ வேலை செய் (Do work)

❖ சாப்பாடு செய் (Cook)

➤ வே(லை) பண்ணு

➤ சாப்பாடு பண்ணு

LESSON 20

WHERE ARE THEY FROM?

Dialogue

- ❖ என்ன நடந்துகொண்டிருக்கிறது இங்கே? (What is happening here?)
- ❖ இன்று நடன போட்டி, அதனால் பயிற்சி செய்துகொண்டிருக்கிறோம். (There is a dance competition today. So, we are practicing).
- ❖ எத்தனை மணிக்கு ஆரம்பம் ஆகிறது? (At what time does it start?)
- ❖ எட்டு மணிக்கு (At 8 'o' clock).
- ❖ நுழைவு கட்டணம் எவ்வளவு? (How much is the entry fee?)
- ❖ நுழைவு கட்டணம் இல்லை. இலவசம். (There is no entry free. It's free).
- ❖ ஆ, சரி. அவர்களெல்லாம் எங்கிருந்து வருகிறார்கள்? (Ah, okay. Where are they all from?)

- ➤ என்ன நடந்துட்டிருக்கு இங்(கே)?
- ➤ இன்னைக்கு டான்ஸ் காம்பெடிஷன், அதனால ப்ராக்டிஸ் பண்ணிட்டிருக்கோ(ம்).
- ➤ எத்த(னை) மணிக்கு ஆரம்பிக்குது?
- ➤ எட்டு மணிக்கு
- ➤ என்ட்ரி ஃபீ எவ்வளவு?
- ➤ என்ட்ரி ஃபீ இல்(லை). ஃப்ரீ.
- ➤ ஆ, சரி. அவங்கெல்லா(ம்) எங்கிருது வராங்க(ள்)?

நடந்துகொண்டிருக்கிறது	நடந்துட்டிருக்கு	Happening
நடன போட்டி	டான்ஸ் காம்பெடிஷன்	Dance competition
அதனால்	அதனால	Therefore
பயிற்சி செய்து கொண்டிருக்கிறோம்	ப்ராக்டிஸ் பண்ணிட்டிருக்கோ(ம்)	We are practicing
நுழைவு கட்டணம்	என்ட்ரி ஃபீ	Entry fee
இலவசம்	ஃப்ரீ	Free
அவர்களெல்லாம்	அவங்கெல்லா(ம்)	They all
எங்கிருந்து	எங்கிருந்து	From where
அவர்கள் எந்த ஊர்?	அவங்க(ள்) எந்த ஊ(ர்)?	Where are they from?

-எல்லாம்

The suffix, when added to the end of a plural subject pronoun, becomes we (all), you (all) and they (all).

நாமெல்லாம்	நாமெல்லா(ம்)	We all
நாங்களெல்லாம்	நாங்களெல்லா(ம்)	We all
நீங்களெல்லாம்	நீங்களெல்லா(ம்)	You all
அவர்களெல்லாம்	அவங்கெல்லா(ம்)	They all

-இலிருந்து

We have already seen this case. Let us do a little more with it.

அவர்களெல்லாம் எங்கிருந்து வருகிறார்கள்? (They all are from where?)

You can answer by saying "ஜப்பானிலிருந்து" (from Japan).

In the colloquial version, you can use the country name + "லிருந்து" = "ஜப்பான்-லிருந்து." Also, countries' names are the same as English.

COUNTRY NAMES

இந்தியா	India
ஜப்பான்	Japan
சிங்கப்பூர்	Singapore
மலேசியா	Malaysia
இலங்கை	Srilanka
இந்தோனேசியா	Indonesia
இங்கிலாந்து	England
அமெரிக்கா	America (U.S.A)
ஜெர்மனி	Germany
பிரான்ஸ்	France
தென்னாப்பிரிக்கா	South Africa
நைஜீரியா	Nigeria
பிரேசில்	Brazil
ஆஸ்திரேலியா	Australia

ADMINISTRATION

India is a huge country (நாடு) with 29 states (மாநிலங்கள்).

❖ States are further classified to Districts (மாவட்டங்கள்), which consist of cities (மானகரங்கள்), towns (நகரங்கள்) and villages (கிராமங்கள்).

❖ The term "ஊ(ர்)" is always used when asking for someone's city, town, village or even country.

In the standard version, simply add -மக்கள்; for colloquial version add suffix -காரங்(ள்).

This suffix is used for describing people from a particular place; it can be a country, state, city, town, village, etc. Example:

❖ தமிழ்நாட்டு மக்கள் (Tamil people)

➤ தமிழ்நாட்டு காரங்க(ள்)

❖ இங்கிலாந்து மக்கள் (English people)

➤ இங்க்லீஷ் காரங்க(ள்)

SOME INDIAN STATES

தமிழ்நாடு	Tamil nadu
கேரளா	Kerala
ஆந்திரா	Andhra Pradesh
தெலங்கான	Telangana
கர்நாடகா	Karnataka
பஞ்சாப்	Punjab
ராஜஸ்தான்	Rajasthan
அசாம்	Assam
சிக்கிம்	Sikkim

PRESENT TENSE:

We have already seen the subtle differences between the present and present-progressive in Tamil that pretty much translate to simple present in English.

General statements that will/shall happen tomorrow should also be in the present tense. Even if you use "definitely" as in "I will definitely come," you will use present tense as it has not yet happened.

FUTURE TENSE:

In order to talk about day-to-day activities, you have to put the verbs in the future tense.

Also, if the event takes place definitely with specific timings or as a part of tomorrow's/daily routine, we use the future tense.

Observe the following examples:

நான் நாளைக்கு *வறேன்*– I (will) come tomorrow. (present tense)

நான் தினமும் இட்லி *சாப்பிடுவேன்* – I eat idly daily. (future tense)

Future tense in Tamil is as simple as the present tense. Their colloquial version differs only on the basis of pronunciation of pronoun endings.

For verbs that take "-க்கிற்-" in present tense, take "-ப்ப்-"

For verbs that take "-கிற்-" in present tense, take "-வ்-"

எழுந்திரி

எழுந்திருப்பேன்	எழுந்திருப்பே(ன்)
எழுந்திருப்பாய்	எழுந்திருப்ப
எழுந்திருபான்	எழுந்திருப்பா(ன்)
எழுந்திரிப்பாள்	எழுந்திரிப்பா(ள்)
எழுந்திரிப்பார்	எழுந்திரிப்பா(ர்)/எழுந்திருப்பாங்க(ள்)
எழுந்திருக்கும்	எழுந்திருக்கு(ம்)
எழுந்திரிப்போம்	எழுந்திருப்போ(ம்)
எழுந்திருப்பீர்கள்	எழுந்திருப்பீங்க(ள்)
எழுந்திருப்பார்கள்	எழுந்திருப்பாங்க(ள்)

நான் காலையில் 6 மணிக்கு எழுந்திருப்பேன்.

7 மணி வரை உடற்பயிற்சி செய்வேன்.

7 மணியிலிருந்து எட்டு மணி வரை படிப்பேன்.

எட்டு மணிக்கு உணவு அருந்துவேன்.

எட்டரை மணிக்கு வேலைக்கு செல்வேன்.

நாளை	நாளைக்கு	Tomorrow
இன்று	இன்னைக்கு	Today
நேற்று	நேத்து	Yesterday
நாள்	நாள்	Day
வாரம்	வார(ம்)	Week
மாதம்	மாச(ம்)	Month
வருடம்	வருட(ம்)/வருஷ(ம்)	Year
காலை	Morning	Morning
மத்தியம்	மத்தியான(ம்)	Afternoon
மாலை	சாய்ங்கால(ம்)	Evening
இரவு	இராத்திரி	Night
காலையில்	காலையில	In the morning
மத்தியம்	மத்தியான(ம்)	In the afternoon
எழுந்திரி	எழுந்திரி	Get up
எழுந்திருப்பேன்	எழுந்திருப்பே(ன்)	I get up

ABLATIVE CASE

-இலிருந்து ... வரை

The sentence structure indicates from...to...

காலை எட்டு மணியிலிருந்து மதியம் மூன்று மணி வரை

Suffix "-இலிருந்து" indicates "from" and it is added to the end of the word.

வீடு ➝ வீட்(ட் + உ) + இலிருந்து = வீட்டிலிருந்து

மலை ➝ மலை + ய் + இலிருந்து = மலையிலிருந்து

வரை

ஐந்து மணி வரை (Till 5 'o' clock)

அஞ்சு மணி வ(ரை)/வரைக்கு(ம்)

Exercise:

Mani talks about his routine:

நான் தினமும் காலை 5 மணிக்கு (எழுந்திரி). ஆறு மணியிலிருந்து ஏழு மணி வரை உடற்பயிற்சி (செய்). மதியம் ஒரு மணிக்கு (சாப்பிடு). இராத்திரி எட்டு மணிக்கு டிவி (பார்).

Mani talks about his time schedule for tomorrow:

நான் நாளைக்கு 5 மணிக்கு (போ). எட்டு மணிக்கு வீடு (திரும்பு)

Mani tells his friend about him meeting him tomorrow:

நான் நாளை 3 மணிக்கு (வா). படம் நான்கு மணிக்கு.

படம் நான்கு மணிக்கு

To say "the movies starts at four," just use the noun "படம்" and the time at locative case "நான்கு மணிக்கு." Thus, you say, "Movie at 4." Numbers also do not decline; only the word "மணி" here declines to locative case.

Can you describe your daily routine using the following verbs?

எழுந்திரு	Get up
தூங்கு/படு	Sleep
பல் விளக்கு	Brush one's teeth
குளி	Take bath
குடி	Drink
வேலை செய்	Work
பார்	See
ஓடு	Run
ஏறு	Climb/get into
இறங்கு	Come down/get down

பேசு	Speak/talk
வாங்கு	Buy
கேளு	Listen
கொடு*	Give

The colloquial version of கொடு is குடு.

Can you conjugate the verbs in all the tenses?

That is, present, present progressive, past, past progressive, future and the common negative.

LESSON 21

I WENT TO MALAYSIA TWO DAYS AGO

Dialogue

- ❖ நான் சில நாட்கள் முன்பு மலேசியா சென்றேன். (I went to Malaysia a few days ago).
- ❖ நல்ல செய்தி. அங்கே என்ன செய்தாய்? (Good news. What did you do there?)
- ❖ சுற்றுலா சென்றேன் (I went for a tour).
- ❖ எதாவது வாங்கினாயா? (Did you buy anything?)
- ❖ ம்ம், நிறைய. புடவைகள், கை கடிகாரம், சில அலங்கார பொருட்கள் மற்றும் ஒரு கேமரா. (Yes, a lot. Saris, a watch, some decorative items and a camera).
- ❖ சூப்பர். (Super).

- ➤ நான் கொஞ்ச(ம்) நாள் முன்னாடி மலேசியா போனே(ன்).
- ➤ நல்ல செய்தி. அங்(கே) என்ன செஞ்ச?
- ➤ டூர் போனே(ன்).
- ➤ எதாவது வாங்கினியா?
- ➤ ம்ம், நிறைய. புடவைங்க(ள்), வாட்ச், ஷோ பீஸ் அப்பிர(ம்) ஒரு கேமரா.
- ➤ ம்ம், சூப்பர்.

VOCABULARY

நாட்கள்	நாள்/நாளுங்க	Days
சென்ற/கடந்த	போன	Last
சென்றேன்	போனே(ன்)	I went
செய்தி	செய்தி/நியூஸ்	News
செய்தாய்	செஞ்ச/பண்ண	(you) did
சுற்றுலா	டூர்	Tour
நிறைய	நிறைய/நெறைய	A lot
புடவை	பொட(வை)	Sari
கை	கை	Hand
கடிகாரம்	கடிகார(ம்)	Clock
கை கடிகாரம்	வாட்ச்	Watch
அலங்கார பொருட்கள்	ஷோ பீஸ்	Showpiece
சில அலங்கார பொருட்கள்	(கொஞ்சம்) ஷோ பீஸ்	Some show pieces
சில பேர்	சில பேர்)	Some people
சூப்பர்	சூப்பர்	Super

Uses of "கொஞ்சம்": This word generally means "little." But it also means "please." Observe the following sentences.

கொஞ்சம் போடுங்கள் (கொஞ்ச(ம்) போடுங்க(ள்)) "Put a little."

கொஞ்சம் தள்ளுங்கள் (கொஞ்ச(ம்) தள்ளுங்க(ள்)) "Please move."

கொஞ்சம் கொஞ்சமாவது (கொஞ்ச(ம்) கொஞ்சமாவ(து))"(at least) little by little"

கொஞ்சமாக போடுங்கள் (கொஞ்ச(மா) போடுங்கள்) "Put just a little."

In "கொஞ்சமாக போடுங்கள்," "கொஞ்சம்" acts as an adjective, so we add –ஆக and -ஆ in colloquial Tamil.

However, "கொஞ்சம்" is not used much in the standard version but most frequently in the colloquial version.

For example: "சிறிது நேரம் காத்திருக்க்கவும்" means "(please) wait for some time." Please is not explicitly mentioned but the ending of the verb makes it politer. However, in the spoken version, we say "கொஞ்ச(ம்) நேர(ம்) காத்திருங்க(ள்)" or "கொஞ்ச(ம்) நேர(ம்) wait பண்ணுங்க."

சில/பல

சில means "some" and பல means "many."

சில பேர்	சில பே(ர்)	Some people
பல பேர்	பல பே(ர்)/நெறைய பே(ர்)/நிறைய பே(ர்)	A lot of people
மக்கள்	மக்கள்	People
மனிதன்	மனிஷ(ன்)	Person/a human being

Plurals

To make a singular word plural, we have to add "-கள்" at the end. For the colloquial version, add "-ங்க(ள்)."

கழுதை	கழுதைகள்	கழு(தை)	கழுதைங்க

Can you change the following words to plural? (Remember to change 'ம்' to 'ங்' and if a word with double syllables ends with 'உ' or ends with a long vowel, add "-க்கள்" E.g.: பசு → பசுக்கள்).

கரடி	Bear	மெத்தை	Pillow	அலமாரி	Wardrobe
குரங்கு	Monkey	கட்டில்	Bed	கதவு	Door
பசு	Cow	கண்ணாடி	Mirror	ஜன்னல்	Window
பூனை	Cat	சோப்பு	Soap	பெட்டி	Box/case
சிங்கம்	Lion	சீப்பு	Comb	பூட்டு	Lock
மீன்	Fish	துண்டு	Towel	சாவி	Key
மயில்	Peacock	மேசை	Table	குழாய்	Tap
குயில்	Sparrow	நாற்காலி	Chair	மின் விசிறி	Fan
தட்டை	Plate	ஸ்பூன்	Spoon	போர்க்	Fork
கத்தி	Knife	டம்ளர்	Glass	கிண்ணம்	Cup
மூடி	Cap	பாட்டில்	Bottle		

Below is the same set of words given above but in colloquial Tamil.

கரடி	மெத்(தை)	அலமாரி	தட்(டை)
குரங்கு/கொரங்கு	கட்டில்/பெட்	கதவு	ஸ்பூன்
பசு	கண்ணாடி	ஜன்னல்	ஃபோர்க்
பூ(னை)	சோப்பு	பெட்டி	கத்தி
சிங்க(ம்)	சீப்பு	பூட்டு	டம்ளர்
மீன்	துண்டு	சாவி	கிண்ண(ம்)
மயில்	டேபில்	குழா(ய்)	மூடி
குயில்	சேர்	ஃபான்	பாட்டில்

(For the colloquial version: While changing words ending in 'ஐ' to plural, the ஐ is pronounced)

E.g.: பூனை becomes பூனைகள் (*poonai* - *poonaigal*) in standard Tamil whereas பூ(னை) becomes பூனைங்க (*poona* - *poonainga*).

In colloquial Tamil, you do not need to change the word into plural. That is, you can just say "பத்து புறா" instead of பத்து புறாங்க (10 Pigeons).

LESSON 22

AT THE DOCTOR'S

Dialogue

- இரண்டு நாளாக கை மிகவும் வலிக்கிறது (Since the last two days, my hands have been paining).
- அப்படியா... கொஞ்சம் இப்படி காட்டுங்கள் (I see... Could you show me?) நீங்கள் எதாவது சிரமமான பொருளை தூக்குநீர்களா? (Are you lifting anything heavy?)
- அப்படி ஒன்றும் இல்லை. (Nothing like that).
- வண்டி அதிக நேரம் ஒட்டுகிறீர்களா? (Do you drive for a long time?)
- ஆம், நாளுக்கு மூன்று மணி நேரமாவது வண்டி ஒட்டுவேன். (Yes, I have been driving 3 hours a day).
- ம்ம், நீங்கள் என்ன செய்கிறீர்கள்? (What do you do (in life)?)
- நான் தபாள்நிலயத்தில் வேலை செய்கிறேன்(I work in a post office).
- சரி, தினம்தோறும் இந்த மருந்தை பூசிக்கொண்டு செல்லுங்கள். வலி அதிகமாகினால், சிறிதுநேரம் ஓய்வு எடுத்தபிறகு உங்கள் வேலையை ஆரம்பியுங்கள். (Okay, apply this ointment every day. If the pain increases, take some rest and then continue with your work).
- நன்றி, டாக்டர் (Thank you, doctor).

➤ ரெண்டு நாளா கை ரொம்ப வலிக்குது

➤ அப்படியா... கொஞ்ச(ம்) இப்படி காட்டுங்க(ள்). நீங்க(ள்) எதாவது சிரமமான பொரு(ளை) தூக்குநீங்களா?

➤ அப்படி ஒன்னு(ம்) இல்(லை).

➤ வண்டி அதிக நேர(ம்) ஓட்டுறீங்களா?

➤ ஆ(ம்), நாளுக்கு மூனு மணி நேரமாவது வண்டி ஓட்டுவே(ன்).

➤ ம்ம், நீங்கள் என்ன செய்ரீங்க(ள்)?

➤ நா(ன்) போஸ்டாபிஸ்-ல வே(லை) செய்றே(ன்)

➤ சரி, டெய்லி இந்த மருந்(தை) பூசி-டு போ-ங்க(ள்). வலி அதிகமானா, கொஞ்சநேர(ம்) ஓய்வு எடுத்த-துக்கு அப்பிர(ம்) உங்க(ள்) வேலை(யை) ஆரம்பியுங்க(ள்)

➤ தாங்க்ஸ், டாக்டர்

VOCABULARY

வலிக்கிறது	வலிக்குது	It pains/it hurts
அப்படியா...	அப்படியா...	Is that so...
தூக்குநீர்களா	தூக்குநீங்களா	Did you lift?
தபால்நிலையம்	போஸ்டாபிஸ்	Post office
ஓய்வு எடு	ஓய்வு எடு/ரெஸ்ட் எடு	Take rest
ஆரம்பி	ஆரம்பி/ஆரம்மி	Start
பூசு	பூசு	Apply/rub
ஆவது	ஆவது	At least

அப்படி/இப்படி

We know எப்படி means how. அப்படி is "that way (that manner)" and இப்படி is "this way."

Also when used with a question marker: அப்படி becomes அப்படியா (அப்படி + ய் + ஆ) which means "Is that so?" or "I see."

When someone teaches you the correct way of doing something, you would say "ஓ... அப்படியா, நான் இப்படி என்று நினைத்தேன்"

meaning, "Oh... that way (your way), I thought this way (the way in which I was doing it till now)."

❖ எப்படி செய்யவேண்டும்? (How do I do this?)

❖ இப்படி.... (This way).

❖ இப்படியா? (This way?)

❖ ஆம், அப்படி தான் (Yes, that way).

➤ எப்படி பண்ணனு(ம்)

➤ இப்படி...

➤ இப்படியா?

➤ அப்படி தா(ன்)

This can be used in other occasions:

The doctor asks him to show "this way" (the side visible to the doctor).

❖ இப்படி காட்டுங்கள் (lit. "show towards my direction")

➤ இப்படி காட்டுங்க(ள்)

Present Perfect Continuous *(I have been, you have been)*

To say you have been doing something since or for a few days/months, you need to put the verb in present progressive tense and simply change the time expression by adding with +ஆக (colloquial version takes +ஆ)

❖ எத்தனை வருடமாக இந்த தொழில் செய்து கொண்டிருக்கிறீர்கள்? (For how many years have you been doing this job?)

➤ எத்த(னை) வருஷமா இந்த தொழில் செஞ்சுட்டு இருக்கீங்க(ள்)

❖ நான் ஐந்து வருடங்களாக செய்துகொண்டிருக்கிறேன் (I have been doing it for 5 years)

➤ நா(ன்) அஞ்சு வருஷமா செஞ்சுட்டு இருக்கே(ன்)

However, when the person asking does not mention the amount of time in the question, we use "இரிலிருந்து."

❖ எப்பொழுதிலிருந்து இங்கே வசித்து கொண்டிருக்கிறீர்கள்?
(Since when have you been living here?)

❖ ஒரு ஐந்த வருடங்கலாக இங்கே வசித்து கொண்டிருக்கிறேன்
(For about 5 years, I have been living here).

❖ இரண்டாயிரத்தி பன்னிரண்டிலிருந்து வசித்து கொண்டிருக்கிறேன்
(I have been living here since 2012).

➤ எப்போதிலிருந்து இங்(கே) இருக்கீங்க(ள்)?

➤ ஒரு அஞ்சு வருஷமா இங்(கே) இருக்கே(ன்)

➤ ரெண்டாயிரத்தி பன்னெண்டிலிருந்து இங்(கே) இருக்கே(ன்)

At least for

To mean "at least for," use "ஆவது."

❖ ஒரு நாளுக்கு மூன்று மணி நேரமாவது (நேரம் + ஆவது), வண்டி ஓட்டுவேன் (lit. A day, three hours at least, I drive)

➤ ஒரு நாளுக்கு மூனு மணி நேரமாவது (நேரம் + ஆவது), வண்டி ஓட்டுவே(ன்)

Two Actions

In English, two actions that occur one after the other are expressed with two verbs with the first action done and then the second action.

In the dialogue, when the doctor asks him to apply medicine and then proceed, it indicates that he applies the medicine first and then he will go. Therefore, you have to put the last action that the person does at the end and the first action before it.

For constructing this, use "கொண்டு" with the verb denoting the first action followed by the verb denoting the next.

❖ பூசிக்கொண்டு செல்லுங்கள் (Apply and then go)

➤ பூசி-டு போங்க(ள்)

Some frequent expressions in colloquial:

சாப்பிட்டு போங்க(ள்)	Please have food and then you may go (a request) Formality when a person is about to leave the house during breakfast, lunch or dinnertime
இருந்துட்டு போங்க(ள்)	Please stay(be) for a while Formality when a person stays for some time and the host asks them to stay for some more time
போயிட்டு வரே(ன்)	See you (lit. I will Go and come) – alternative for "bye"
எடுத்துட்டு வரே(ன்)	I will bring – only for objects
கூட்டிட்டு வரே(ன்)	I will bring along – for humans
வாங்கிட்டு வராங்க(ள்)	They will buy (and come)
பேசிட்டு குடுக்குறே(ன்)	Let me talk first and then I'll pass the phone to you
எழுதி குடுங்க(ள்)	Please write (and give). Usually, *kudunga* is used when an action needs to be done for another person.
வாங்கி குடுங்க(ள்)	Please buy for me

Instead of "குடு," "குடுங்க(ள்)," we can also use "தா," "தாங்க(ள்)."

PARTS OF THE BODY – உடல் உறுப்புகள்

கண்	கண்/கண்ணு	Eye
மூக்கு	மூக்கு	Nose
காது	காது	Ear
நெற்றி	நெத்தி	Forehead
வாய்	வாய்	Mouth
கழுத்து	கழுத்து	Neck

கை	கை	Kai
விரல்	விரல்	Finger
விரல்கள்	விரல்ங்க(ள்)	Fingers
நகம்	நக(ம்)	Nail
வயிறு	வயிறு	Stomach
கால்	கால்/காலு	Legs
பாதம்	பாத(ம்)	Foot
தலை	த(லை)	Head
முடி	முடி	Hair
இதயம்	இதய(ம்)	Heart
எலும்பு	எலும்பு	Bones

LESSON 23

SOUTHERN MENU

Dialogue

❖ உங்களுக்கு என்ன வேண்டும்? (What do you want?)

❖ எனக்கு ஒரு தோசை, அவருக்கு ஒரு தட்டு இட்டலி. (I want a dosa and, for him, a plate idly).

❖ குடிக்க எதாவது வேண்டுமா? (Do you want anything to drink?)

❖ இரண்டு காபீ கொடுங்கள் (Give two coffees).

❖ சரி (okay)
(After they finish eating, the waitress comes along with the bill).

❖ பணம் அந்த கேஷ் கவுண்டரில் கட்ட வேண்டும் (You need to pay money in that cash counter).

➤ உங்களுக்கு என்ன வேணு(ம்)?

➤ எனக்கு ஒரு தோ(சை), அவருக்கு ஒரு தட்டு இட்லி.

➤ குடிக்க எதாவது வேணுமா?

➤ ரெண்டு காபீ குடுங்க(ள்)

➤ சரி.

➤ பண(ம்) அந்த கேஷ் கவுண்டர்ல கட்ட –ணு(ம்)

VOCABULARY

தட்டு	ப்ளேட்/தட்டு	Plate
பணம் கட்டு	பண(ம்) கட்டு	Pay money
கேஷ் கவுண்டர்	கேஷ் கவுண்டர்	Cash counter
கட்டு	கட்டு	Pay

South Indian Menu

In South India, food variety ranges from vegetarian to almost all non-vegetarian dishes. The staple food is rice accompanied with different side dishes.

For breakfast, which people usually call "டிபன்" (Tiffin), "தோசை," "இட்லி" are consumed. They are usually accompanied by "சாம்பார்" and "சட்னி." Chutney is made with several ingredients but most of it has a coconut base.

Lunch usually includes rice (அரிசி) which is usually white rice but other rice such as brown rice is also consumed frequently. Cooked rice is called சாப்பாடு which also refers to food. Rice is usually accompanied by சாம்பார், cooked vegetable (பொரியல்) and fried pappadams (அப்பளம்).

Sambar is the usual stuff available at all places but there are more dishes like வத்தக்குழம்பு, தயிர் (curd), கீரைக்குழம்பு, etc.

Non-vegetarian gravies include chicken gravy, mutton gravy, fish curry, etc.

As of பொரியல் (side dish), there are made with several vegetables like beans, carrots, ladies finger, etc.

Non-vegetarian fried items include chicken fry, fish fry, etc.

Pappadams are usually rice flour mixed with water and dried in the open under the sun for a few days. Once they become crisp, they are fried in hot oil to get crispier papadams. They come in all shapes and sizes and are also made with different varieties of rice.

Drinks

Coffee is very frequently ordered in hotels after breakfast, lunch or dinner, although this is always not the case at home. Tea is also consumed much frequently. Fruit juices are also very famous to beat the tropical heat. Some local sodas, such as panneer soda and goli soda, have lost their gig but they are always sold in local stores.

Traditional alcoholic drinks are called *kallu;* it is fermented liquor that is usually buried under the soil. This is consumed more in the countryside than in cities.

FRUITS AND VEGETABLES

காய்	காய்	Vegetable
பழம்	பழ(ம்)	Fruit
காய்கறிகள்	காய்கறிங்க(ள்)	Vegetables
பழங்கள்	பழங்க(ள்)	Fruits
அரிசி	அரிசி	Rice
பருப்பு	பரப்பு	Pulses
கீரை	கீ(ரை)	Spinach
காரட்	காரட்	Carrot
பீன்ஸ்	பீன்ஸ்	Beans
வெண்டைக்காய்	வேண்(டை)ய்க்கா(ய்)	Lady's finger
முருங்கைக்காய்	முருங்(கை)க்கா(ய்)	Drumsticks
கத்திரிக்காய்	கத்திரிக்கா(ய்)	Brinjal/eggplant
தேங்காய்	தேங்கா(ய்)	Coconut
பூண்டு	பூண்டு	Garlic
வெங்காயம்	வெங்காய(ம்)	Onion
தக்காளி	தக்காளி	Tomato
பாவக்காய்	பாவக்கா(ய்)	Bitter gourd
உருளைக்கிழங்கு	உரு(ளை)க்கிழங்கு	Potato
தர்ப்பூசணி	தர்ப்பூசணி	Watermelon
ஆப்பிள்	ஆப்பிள்	Apple
ஆரஞ்சு	ஆரஞ்சு	Orange
திராட்சை	திராட்(சை)	Grapes
வாழைப்பழம்	வா(ழை)ப்பழ(ம்)	Banana
தேன்	தேன்	Honey

*'கை' in brackets become 'க' and 'ய்' in brackets are dropped. So "முருங்கைக்காய்" is "முருங்கக்கா."

In the Fishmarket

As the entire south is surrounded by seas such as the Arabian Sea, Indian Ocean and the Bay of Bengal, and Tamil Nadu in India is on the south-east that is boarded by the coastal waters, fish is very popular.

Buying fish in the market:

- இந்த மீன் எவ்வளவு? (How much is this fish?)
- இது 500 ரூபா(ய்) (It is 500 rupees).
- இந்த எறா? (These prawns?)
- ஒரு கிலோ 800 ரூபா(ய்) (One kg costs 800 rupees).
- நண்டு? (Crabs?)
- நண்டு 500 ரூபா(ய்) (Crab is 500 rupees).
- சரி, எனக்கு நண்டு மட்டு(ம்) தாங்க(ள்). கருவாடு இருக்கா? (Okay, just give me some crab. Do you have *karuvaadu*?

மீன்	மீன்	Fish
இறா	எறா	Prawns
நண்டு	நண்டு	Crab
கருவாடு	கருவாடு	Salted fish dried in the sun

Future negative

We know how to form future-negative tenses and their usages. Let us see how to negate the future tense.

Take the present tense form and do the following after removing subject pronoun:

இரு + க்க + மாட்டேன் = இருக்கமாட்டேன்

எழுது – உ + அ + மாட்டேன் = எழுதமாட்டேன்

- காரில் செல்வீர்களா?
- இல்லை, காரில் செல்லமாட்டேன். பேருந்தில் செல்வேன்.

- காா்ல போவீங்களா?
- இல்(லை), காா்ல போமாட்டே(ன்). பஸ்ல போவே(ன்).

If you can remember, we use the Future tense for general statements. The same goes when you are using the future negative as well. Look at the below statements:

“நான் நல்லா பேசுவேன்” (I speak very well).

நான் நல்லா பேசுவே(ன்)

“நான் அங்கே சாப்பிடமாட்டேன்” (I do not eat there).

நான் அங்(கே) சாப்பிடமாட்டே(ன்)

LESSON 24

IT TASTES GOOD

Dialogue

❖ இனிப்பு மிகவும் நன்றாக இருக்கிறது, கொஞ்சம் சுவைத்து பார். (The sweet is very good; try it).

❖ ஆம். ஆனால் இதை அதிகமாக சாப்பிட்டால், குண்டாகிவிடுவோம் (Yes. But if we eat too much of this, we will become fat).

❖ ஆம், அது சரி. மதியம் உணவுக்கு கீரை அதிகமாக சாப்பிடலாம் (Yes, that is true. Let us have a lot of spinach for the lunch in the afternoon).

➤ சுவீட் ரொம்ப நல்லா இருக்கு, கொஞ்ச(ம்) சுவைச்சு பா(ர்).

➤ ஆ(ம்). ஆனா இ(தை) அதிகமா சாப்பிட்டா, குண்டாயிடுவோ(ம்).

➤ ஆமா, அது சரி. மதிய(ம்) சாப்பாட்டுக்கு கீ(ரை) அதிகமா சாப்பிடலா(ம்).

VOCABULARY

நல்லது	நல்லது	It is good
நல்லது கிடையாது	நல்லது கெடயாது/ நல்லதில்ல	It is not good
இனிப்பு	சுவீட்	Sweet
சுவைத்து பார்	சுவைச்சு பா(ர்)/டேஸ்ட் பண்ணி பா(ர்)	Try it
குண்டாகிடுவோம்	குண்டாயிடுவோ(ம்)	We will get fat
மதியம் உணவுக்கு	மதிய(ம்) சாப்பாட்டுக்கு	For Lunch (Afternoon food)
கீரை	கீ(ரை)	Spinach

நல்லது/நல்லது கிடையாது

The expression means it is good in a general sense but to talk about something which is currently tasty or not, we have to use "adj. + to be" combination.

- இந்த பாவக்காய் மிகவும் கசப்பாக இருக்கிறது. எனக்கு பிடிக்கவில்லை (This bitter gourd is bitter. I don't like it).
- அனால் அது *உடம்புக்கு நல்லது* (But it is good for the body).

If

"If" is expressed in Tamil by altering the endings of the word in two ways.

A) Using "என்றால்." (colloquial shortened to -னா)

அங்கே சென்றேன் என்றால், வாங்கிக்கொண்டு வருகிறேன் (If I go there, I will buy).

அங்(கே) போனே(ன்) னா, வாங்கிட்டு வறே(ன்)

The same "என்றால்" is what is used in the expression "அப்படி என்றால் என்ன (அப்படி னா என்ன)" where it means "to mean."

B) Using "-ஆல்" (colloquial shortened to -ஆ)

To form this, use the past stem, that is, remove the subject-pronoun ending of past tense and voila!

சாப்பிட்டேன் = சாப்பிட்ட் + ஆல் = சாப்பிட்டால்

எழுதினேன் = எழுதின் + ஆல் = எழுதினால்

குடித்தேன் = குடித்த் + ஆல் = குடித்தால்

(Remember that in the colloquial past, there are spelling changes)

பார்

Use past stem + * + பார்.

*Add 'உ' in between if the consonant is left without a vowel.

சுவை = சுவைத்தேன் = சுவைத்த் + உ + பார் = சுவைத்து பார்

எழுது = எழுதினேன் = எழுதி + பார் = எழுதி பார்

ஏறு = ஏறினேன் = ஏறி + பார் = ஏறி பார்

"பார்" which generally means "to see," becomes "try and" or "try" when it comes after the verbs. Also, it means "to think about" as in "I will think about it."

நான் யோசித்து பார்க்கிறேன் – Here, it means I will think about it (lit. I will think and see)

Do you understand these sentences?

1. இந்த ஷர்ட் போட்டு பார்க்கலாமா?

2. இந்த புத்தகத்தை படித்து பார்க்கலாம்

3. கொஞ்சம் யோசித்து பார்

4. கொஞ்சம் கேட்டு பார்

5. படித்து பார், புரியும்

6. கேட்டு பார், தெரியும்

7. சாப்பிட்டு பார், பிடிக்கும்

LESSON 25

I'LL GO TO BANGALORE TOMORROW

Dialogue

- ❖ நான் நாளை பெங்களூர் செல்கிறேன் (I am going to Bangalore tomorrow).
- ❖ அப்படியா? ஆனால், உங்களுக்கு முக்கியமான வேலை இருக்கிறது அல்லவா? (Is it so? But don't you have some important work?)
- ❖ ஆம், என்ன செய்வது. இதுவும் முக்கியம் தான். எப்பொழுதெல்லாம் வேலை இல்லையோ, அப்பொழுது வேறு வேலை எதுவுமே இருப்பதில்லை. ஆனால், ஒரு முக்கியமான வேலை ஒன்று வரும்பொழுது, வேறொரு வேலையும் வந்துவிடுகிறது. (Yes, but what could I do? This is important too. When I have no work, I do not get any other work. But once I have some work, another work comes along).

- ➤ நா(ன்) நாளைக்கு பெங்களூர் போறே(ன்).
- ➤ அப்படியா? ஆனா, உங்களுக்கு முக்கியமான வே(லை) இருக்கு இல்(லை)?
- ➤ ஆமா, என்ன செய்றது. இதுவு(ம்) முக்கிய(ம்) தா(ன்). எப்போதெல்லா(ம்) வே(லை) இல்லையோ, அப்போது வேற வே(லை) எதுவுமே இருக்கறதில்(லை). ஆனா, ஒரு முக்கியமான வே(லை) ஒன்னு வரும்போது, வேறொரு வேலையு(ம்) வந்து-டுது.

VOCABULARY

முக்கியமான	முக்கியமான	Important
இருக்கிறது அல்லவா	இருக்கு இல்(லை)?	It is there, isn't it?
என்ன செய்வது	என்ன செய்ரது	What to do
இதுவும்	இதுவும்	This too
எப்பொழுதெல்லாம்	எப்போதெல்லா(ம்)	Whenever
அப்பொழுது	அப்போது	At that time
வேறு	வேற	Other
இருப்பதில்லை	இருக்கறதில்(லை)	They (Things/work) are not there

எல்லாம்

எப்பொழுது, அப்பொழுது, இப்பொழுது means "when," "that time/the other time," "this time/now."

- When you add the suffix "- எல்லாம்," it becomes "the time, I.... ", "the time, you...," etc.

  So எப்பொழுதெல்லாம் வேலை இல்லையோ, அப்பொழுது வேறு வேலை இருப்பதில்லை: Whenever you don't have work, (at that same time) there is no other work.

- "That time I did not know/is "அப்பொழுதெல்லாம் எனக்கு தெரியாது"
- "These days/Now, I know" is "இப்பொழுதெல்லாம் எனக்கு தெரியும்"

-பொழுது

This is added to the end of a verb to mean "When." As it is a suffix attached to a verb and common for all the subject pronouns, you can use the subject pronouns to avoid confusion.

- நான் வரும்பொழுது, அவன் இல்லை "When I came, he was not there."
- அவன் சாப்பிடும்பொழுது, பாட்டு கேட்பான் "When he eats, he listens to music."

❖ நான் தூங்கும்பொழுது, சத்தம் போடாதே "Do not make noise while I sleep."

Simply add "–ம்பொழுது" to present/infinitive stem. In the colloquial version, "–ம்பொழுது" becomes "-ம்போது"

-உம்

This suffix is added in order to say, "too, also."

நானும் வருகிறேன் – I am coming, too. (I am also coming)

Even though

-உம் can also be used along with verbs.

நான் சத்தமாக பேசியும், அவருக்கு கேட்கவில்லை.

Here it means "Even though I spoke loudly, he was not able to hear."

Take the past stem of verbs and add -உம்

❖ பேசினேன் = பேசியும் (remove –னேன் + add 'ய்' + உம்) ('y' added for vowel glide)

எழுதினேன் = எழுதியும்

❖ படித்தேன் = படித்தும் (படித்த்+ உம்)

❖ இருந்தேன் = இருந்தும் (இருந்த் + உம்)

நடந்தேன் = நடந்தும் (நடந்த் + உம்)

❖ வென்றேன் = வென்றும் (வென்ற் + உம்)

As the suffix do not change, it is better to not omit the subject pronouns

Even if

We saw how to say "if" using "-ஆல்"—by adding "உம்" it becomes "ஆலும்." this means, "Even if."

நான் வேகமாக ஓடினாலும், என்னால் அவனை பிடிக்க முடியாது

"Even if I run fast, I will not be able to catch him."

வந்து விடுகிறது

விடு means "to let" or "to leave." Conjugated in the present tense and preceded by another verb, it can mean that the preceded action (in this case "வந்து") is unavoidable, sometimes also slightly not-welcome or regretted.

Mani says that when he is free he does not have anything else to do. But when he has work, he gets another one.

வா = வந்தேன் – (-ஏன்) + உ = வந்து + விடுகிறது (coll. வந்து +ற்து)

போ = போ + ய் = போய் + விடுகிறது (coll. போய் + டுது)

காசு கைக்கு வந்த பின், எப்படியோ போய் விடுகிறது

"After money gets in hand, it goes away somehow."

எப்படியோ – somehow

எங்கேயோ - somewhere

எப்பவோ - in the past

யாரையோ - someone

எதற்கோ - for some reason

ஏதோ - somewhat

என்னவோ – whatever (only used as expression).

When her friend says something and it is hard to believe and a little surprising; she does not have anything else to reply and thus says, "என்னவோ போ" which means "Whatever that is *sigh*."

To be clear, consider the following sentences:

எங்கே இருக்கிறான்? Where is he?

எங்கேயோ இருக்கிறான். He is somewhere (and I do not know exactly where).

It is usually used with இரு.

However, to say that one is to do something in any case, you use "any..."

எப்படியாவது – Anyhow

எங்கேயாவது - Anywhere

எப்பயாவது - Anytime

யாரயாவது - Anyone

எதற்காவது - For any reason

ஏதாவது - Anything

எப்படியாவது வர பார் (Try coming somehow)

எங்கேயாவது பார்த்தால்,வங்கி கொண்டு வா (If you see it anywhere, buy it. (for me))

எப்பயாவது நேரம் கிடைத்தால், வீட்டுக்கு வா (If you find time, come home).

LESSON 26

WHERE IS MY BOOK?

Dialogue

❖ என் புத்தகம் எங்கே? (Where is my book?)

❖ அதோ அங்கே இருக்கிறது. (It is there).

❖ ஐயோ, அட்டை கிழுந்திருக்கிறதே. யார் இதை செய்தது?(Oh my, the binding is torn. Who did this?)

❖ நான் கிடையாது. (It was not me).

❖ அப்பொழுது வேறு யார் இப்படி செய்தது? (Then who else did this?)

❖ தெரியவில்லை. ஒருவேளை அந்த பக்கத்து வீட்டு சிறுவனாக இருக்குமோ? (I don't know. Maybe the little boy next door?)

❖ இருக்கலாம். சரி. நான் இன்னொரு புத்தகம் வாங்கிக்கொள்கிறேன். (It could be. Okay. I will get myself another book).

➤ எ(ன்) புத்தக(ம்) எங்(கே)?

➤ அதோ அங்(கே) இருக்கு.

➤ ஐயோ, அட்(டை) கிழுஞ்சிருக்கே. யார் இ(தை) செஞ்சது?

➤ நா(ன்) கிடையாது.

➤ அப்போ வேற யா(ர்) இப்படி செஞ்சது?

➤ தெரிய(லை). ஒருவே(ளை) அந்த பக்கத்து வீட்டு பையனா இருக்குமோ?

➤ இருக்கலா(ம்). சரி. நா(ன்) இன்னொரு புத்தக(ம்) வாங்கி-க்கிறே(ன்).

VOCABULARY

ஒருவேளை	ஒருவே(ளை)	May be... Could it be that...
இன்னொரு	இன்னொரு	Another
யார் செய்தது	யார் செஞ்சது	Who did this?
வாங்கிக்கொள்கிறேன்	வாங்கி-க்கிறே(ன்)	I will get myself
இருக்கலாம்	இருக்கலா(ம்)	It could be

வாங்கிக்கொள்கிறேன்/வாங்கி-க்கிறேன்

I will buy it (for myself)

This sentence structure is used when the person does the action for himself. Take the past stem and add கொள்கிறேன். The ending can be changed with subject-pronoun endings to indicate person.

வாங்கினேன்- (வாங்கி + னேன்) + கொள்கிறேன் = வாங்கிக்கொள்கிறேன் (I buy myself)

The colloquial version is shortened to "-க்கிறே(ன்)"

வாங்கினேன்- (வாங்கி + னேன்) + -கிறேன் = வாங்கி-க்கிறே(ன்)

The past tense would be வாங்கிக்கொண்டேன்/வாங்கி

வாங்கினேன்- (வாங்கி + னேன்) + கொண்டேன் = வாங்கிக்கொண்டேன் (I got myself)

The colloquial version is shortened to "-க்கிட்டே(ன்)."

வாங்கினேன் (வாங்கி + னேன்) + க்கிட்டே(ன்) = வாங்கி-க்கிட்டேன்

Also, observe the following two sentences:

❖ சோபாவில் காலை இடித்துக்கொண்டான் (He hit/bumped his leg on the sofa).

➤ சொப்பால கா(லை) இடிச்சுக்கிட்டா(ன்)

இருக்குமோ?

The ending "ஓ" at the end indicates a doubt or a suspicion.

- அவர்களாக இருக்குமோ? (அவர்கள் + ஆகா + இருக்கும் + ஓ) (Could it be them?)

- அவங்களா இருக்குமோ

(Remember how "ஆகா" changes to 'ஆ' in colloquial)

கிழுந்திருக்கிறதே

When the page "is torn" that is the current state of the object. It is expressed with "verb" + "இரு."

The book is torn (by someone and right now it is in the broken state).

கண்ணாடியை யாரோ உடைத்தார்கள் (Someone broke the mirror).

கண்ணாடி(யை) யாரோ உடைச்சாங்க

கண்ணாடியை யாரோ உடைத்து இருக்கிறார்கள் (Someone has broken the mirror).

கண்ணாடி(யை) யாரோ உடைச்சிருக்காங்க (உடச்சு + இருக்காங்க)

கண்ணாடி உடைந்து இருக்கிறது (The mirror is broken).

கண்ணாடி உடைஞ்சிருக்கு (உடைஞ்சு + இருக்கு)

கண்ணாடியை யாரோ உடைத்தார்கள் is a simple sentence which means "someone broke the mirror."

கண்ணாடியை யாரோ உடைத்து இருக்கிறார்கள் means "someone has broken the mirror." (Someone has finished doing the breaking).

When describing the state of an object, "த்த்" becomes "ந்த்."

கண்ணாடி உடைந்து இருக்கிறது means "The mirror is broken" (by someone or maybe due to strong wind). உடைத்து becomes "உடைந்து" in this case. In the colloquial version, this is "ஞ்ச."

Verb to past tense: கிழி = கிழித்தார்கள் (They are tearing/ripping)

கிழித்தார்கள் = கிழித்து இருக்கிறார்கள் (Someone has torn/ripped it)

கிழித்து = கிழிந்து இருக்கிறது (It is torn)

மடக்கு = மடக்கினார்கள் (They bent (it)).

மடக்கி = கம்பியை மடக்கி இருக்கிறார்கள் (They have bent a wire).

மடக்கி = மடங்கி இருக்கிறது (It is bent).

போடு

"போடு" means to put. When you use along with an item, it becomes "with" or "without."

❖ சாஸ் போடாமல் சாப்பிட பிடிக்கும் (I like eating with sauce).

❖ சாஸ் போட்டு சாப்பிட பிடிக்கம் (I like eating without sauce).

➤ சாஸ் போடாம சாப்பிட புடிக்கும்

➤ சாஸ் போட்டு சாப்பிட புடிக்கம்

இங்கே குப்பை போடாதீர்கள் means "Do not dispose of/throw garbage here. However, on public spaces, it will be written as" குப்பை கொட்டாதீர்கள்."

LESSON 27

I HAVE JUST FINISHED IT

Dialogue

- ❖ நேற்று யாருடன் சென்றாய்? (With whom did you go yesterday?)
- ❖ என் தங்கையுடன். (With my sister).
- ❖ சரி, அவளிடம் ஒரு விஷயம் சொல்ல சொன்னேனே. நியாபாம் இருக்கிறதா? (Okay, I asked you to tell her a matter. Do you remember?)
- ❖ ஆம். நியாபகம் இருக்கிறது. ஆனால் நேற்று ஒரு அவசரத்தில் மறந்து விட்டேன். இன்றைக்கு சொல்கிறேன். (Yes, I remember but I forgot it in a hurry).

- ➤ நேத்து யாரோட போன?
- ➤ எ(ன்) தங்கச்சியோட.
- ➤ சரி, அவ-கிட்ட ஒரு விஷய(ம்) சொல்ல சொன்னேனே. நியாபாக(ம்) இருக்கா?
- ➤ ஆ(ம்). நியாபக(ம்) இருக்கு. ஆனா நேத்து ஒரு அவசரத்தில மறந்து-டே(ன்). இன்னிக்கு சொல்றே(ன்).

VOCABULARY

நியாபகம் இரு	நியாபகம் இரு/ நியாபம் இரு	Remember
மறந்து விடு	மறந்துடு	Forget
ஒரு அவசரம்	ஒரு அவசரம்	An emergency/urgency
ஒரு அவசரத்தில்	ஒரு அவசரத்ல	In a hurry

Difference between -உடன் (coll: ஓட) and -இடம் (coll: கிட்ட)

-உடன் (ஓட) means "along with."

❖ அவனுடன் செல். (Go with him)

❖ என்னுடன் வா (Come with me)

❖ செடி காற்றுடன் போய்விட்டது (The tree went/flew along with the wind)

❖ அவனுடன் பேசினேன் (I spoke with him)

➤ அவனோட போ.

➤ என்னோட வா

➤ செடி காத்தோட போய்டிச்சி

➤ அவனோட பேசினே(ன்)

-இடம் (கிட்ட) means "with him."

❖ அவனிடம் இருக்கிறது (He has it/it's with him)

❖ அவனிடம் பேசினேன் (I spoke to him)

➤ அவ(ன்)-கிட்ட இருக்கு

➤ அவ(ன்)-கிட்ட பேசினே(ன்)

சொல்/கேள்

"Asking someone" can have two interpretations "grammatically." However, they mean the same. So, we can use either accusative or -இடம் (coll. கிட்ட).

❖ அவனிடம் சொல் (Tell him)

❖ அவனிடம் கேள்/அவனை கேள் (Ask him)

➤ அவன்-கிட்ட சொல்லு

➤ அவன்கிட்ட கேளு/அவ(னை) கேளு

எனக்கு கொடு/எனன்னிடம் கொடு

எனக்கு கொடு! (Give me (some)), என்னிடம் கொடு! (Hand it to me).

- அவனுக்கு கொஞ்சம் பொங்கல் கொடுத்தேன். (I gave him some pongal (so that he eats it)).
- நேற்று அவனிடம் என் புத்தகத்தை கொடுத்தேன். (I gave him my book yesterday (The book is still mine currently "possessed" or "held" or "had" by him)).
- எனக்கு கொஞ்சம் கொடு (Give me some of it).
- என்னிடம் கொடு, நான் பார்த்து சொல்கிறேன். (Show me, I will take a look at it (Give it to me, I will check/see and tell you)).

இன்று என்ன கிழமை? *What day is today?*

- ஞாயிறு (Sunday)

➤ இன்னிக்கி என்ன கிழ(மை)?

➤ ஞாயிற்றுகிழ(மை)

STANDARD	STANDARD	COLLOQUIAL
திங்கள்	திங்கட்கிழமை	திங்ககிழ(மை)
செவ்வாய்	செவ்வாய்க்கிழமை	செவ்வாக்கிழ(மை)
புதன்	புதன்கிழமை	புதன்கிழ(மை)
வியாழன்	வியாழக்கிழமை	வியாழக்கிழ(மை)
வெள்ளி	வெள்ளிக்கிழமை	வெள்ளிக்கிழ(மை)
சனி	சனிக்கிழமை	சனிக்கிழ(மை)
ஞாயிறு	ஞாயிற்றுகிழமை	ஞாயித்துக்கிழ(மை)

Months are generally expressed in English even in standard Tamil. But the traditional months are still used in many places and occasions mostly while referring to traditional events.

இது எந்த மாதம்? *What month is this?*

❖ இது மே/சித்திரை மாதம் (It is may)

In colloquial:

➤ இது எந்த மாச(ம்)

➤ இது மே/சித்தி(ரை) மாச(ம்)

சித்திரை	Mid-April to mid-May
வைகாசி	Mid-May to mid-June
ஆனி	Mid-June to mid-July
ஆடி	Mid-July to mid-August
ஆவணி	Mid-August to mid-September
புரட்டாசி	Mid-September to mid-October
ஐப்பசி	Mid-October to mid-November
கார்த்திகை	Mid-November to mid-December
மார்கழி	Mid-December to mid-January
தை	Mid-January to mid-February
மாசி	Mid-February to mid-March
பங்குனி	Mid-March to mid-April

LESSON 28

IT IS RAINING

Dialogue

- ராம், கதவு திறந்திருக்கிறது பார். கொஞ்சம் அதை மூடு. (Ram, The door is open. Please close it).
- ஏன்? திறந்திருக்கட்டுமே. (Why? Let it be).
- மழை பெய்வதுபோல இருக்கிறது. அதனால் தான் சொல்கிறேன் (It seems like it's going to rain. That is why).

➤ ராம், கதவு திறந்திருக்கு பா(ர்). கொஞ்ச(ம்) அ(தை) மூடு.

➤ ஏ(ன்)? திறந்திருக்கட்டுமே.

➤ ம(ழை) பெய்றமாரி இருக்கு. அதனால தா(ன்) சொல்றே(ன்)

VOCABULARY

மழை	ம(ழை)	Rain
வெயில்	வெயில்	Heat/hot (climate)
காற்று	காத்து	Wind
பெய்	பெய்	Rain/pour
அடி	அடி	It is (climate)
பெய்கிறமாதிரி இருக்கிறது	பெய்றமாரி இருக்கு	It seems it will rain/it looks like it will rain/is going to rain
திறந்திருக்கிறது	தெறந்திருக்கு/ திறந்திருக்கு	It is open

- மழை பெய்கிறது – It is raining
- வெயில் அடிக்கிறது – It is hot
- காற்று அடிக்கிறது – It is windy

➤ மழை பெய்யுது

➤ வெயில் அடிக்குது

➤ காத்து அடிக்குது

1. "மழை பெய்கிறது" means "it is "pouring rain.""

2. For heat and wind, "அடி" has to be used. "அடி" also means "to beat" as in beating someone.

3. For thunder, "இடி"—the verb "இடி"—is used. "இடி" also means "to demolish/to bump." So, "there is thunder" will be "இடி இடிக்கிறது."

கதவு திறந்திருக்கிறது பார் *The door is open*

From the previous lessons, you may know that "பார்" means "to try." E.g.: எழுதி பார்க்கிறேன். This sentence construction can also mean/ stress the fact that something is happening when it shouldn't be or that the speaker wishes it to not happen. When the person says "கதவு திறந்திருக்கிறது பார்," he means that the door is actually "open" when it is not supposed to be according to the speaker.

மழை பெய்வதுபோல இருக்கிறது – It seems/ looks like it is raining.

If you want to say, "It seems/looks like," just add "+வதுபோல இருக்கிறது."

However, in spoken language, it is slightly different. See the following steps:

❖ Take the present tense of the verb in spoken language – எழுது – எழுதுறே(ன்)

❖ Remove the subject-pronoun ending, எழுதுற்

❖ And add +அமாதிரிஇருக்கு

எழுதுவதுபோல இருக்கிறது	எழுதுறமா(தி)ரிஇருக்கு

*(தி) can be omitted or pronounced

Expressing "Let it be..."

The present/infinitive stem of இரு is இருக்க, so adding "-ட்டும்" makes it இருக்கட்டும் (Let it be).

From the previous lesson, the grammar part contains details on how to express the state of an object. That is expressions like உடைந்து இருக்கிறது. (It is broken).

Changing the "இரு" as above conveys the meaning "Let it be + past participle." E.g.: Let it be broken.

திறந்து இருக்கட்டும்	திறந்து இருக்கட்டும்/ தெறந்து இருக்கட்டு(ம்)	Let it be open

Joining Words Together

In Tamil, the last consonant and the immediate-next word starting with a vowel could be combined. Consider this example: திறந்து இருக்கட்டும். Here, The last vowel of திறந்து, i.e., "-உ" combines with இருக்கட்டும் to make "திறந்திருக்கட்டும்." This is just like how, in English, "I am" becomes "I'm."

Congratulation! You have successfully completed the course! Practicing online with friends and using the language as frequently as possible will further improve your knowledge and will let you know more about different cultures across the Tamil Diaspora. Most importantly, thank you for choosing this course.

KEY TO EXERCISES

2.1 1. நீங்கள்   2. நீ   3. நீங்கள்   4. நீங்கள்   5. நீ   6. நீ   7. நீங்கள்
8. நீங்கள்

2.2 1. உங்கள் பெயர் என்ன?   2. நீங்கள் எந்த ஊர்?   3. நன்றி   4. ஆம்
5. இல்லை

5.1. 1. நான் டிரான்ஸ்லேடர்   2. நான் ஜான்   3. நான் வாணி
4. நான் டாக்டர்

6. 1. இருக்கிறாய்/இருக்க

2. அழுகிறான்/அழுறா(ன்)

3. குளிக்கிறாள்/குளிக்கிறா(ள்)

4. தூங்குகிறார்கள்/தூங்குறாங்க

5. கடிக்கிறது/கடிக்குது

7.

அவர்கள் எங்கே இருக்கிறார்கள் - N

நான் இப்போது பார்க்கிறேன் - N

நீங்கள் அங்கே என்ன செய்கிறீர்கள் - N

இந்த வீட்டில் யார் இருக்கிறீர்கள்/வசிக்கிறீர்கள் - N

குழந்தை தூங்குகிறதா/குழந்(தை) தூங்குதா – Y

9.

1. yes   2. இருக்கிறார்கள்   3. அவனுக்கு   4. யாருக்கு

1. என் தங்கை இங்கு இல்லை/என் தங்கச்சி இங்க இல்(லை)

2. அவன் எங்கே இருக்கிறான்/அவ(ன்) எங்(கே) இருக்கா(ன்)

3. என் தம்பி தூங்குகிறான்/எ(ன்) தம்பி தூங்குறா(ன்)

4. இந்தாங்கள்/இந்தாங்க(ள்)

5. நன்றி/தேங்க்ஸ்

6. என்ன செய்கிறாய்?/என்ன பண்ற?

10.

நல்லா புரிது

ஏதோ புரிது

ஏதோ கொஞ்ச(ம்) புரிது

சரியா புரில

Page-56 : clocks

12.1

1. தொன்னூத்தி ஒம்போது

2. அம்பத்தி ஆறு

3. அம்பத்தி எட்டு

4. இருவது

5. ஆறு

12.2

1. நாலு பத்து

2. ரெண்டு அம்பத்தி அஞ்சு

3. எட்டு

4. ஏழு அஞ்சு

5. பன்னெண்டு

13.1

1. சித்தப்பா

2. அக்கா

3. மாமா

4. தாத்தா

5. தங்கை/தங்கச்சி

15.1

1. உங்கள் வீடு/உங்க(ள்) வீடு

2. நடிகை/ஆக்டர்

3. அவன்/அவ(ன்)

4. உங்களுக்கு

5. அவர்களுக்கு/அவங்களுக்கு

5. விளையாட

16.1

1. அவர்களை/அவங்க(ளை) உனக்கு தெரியுமா

2. உனக்கு வேண்டுமா/உனக்கு வேணுமா

3. இருக்கிறது/இருக்கு

4. இல்லை/இல்(லை)

5. அவர்களுக்கு உன்னை பிடித்திருக்கிறது/
அவங்களுக்கு உன்(னை) பிடிச்சிருக்கு

20.

– நான் தினமும் காலை 5 மணிக்கு எழுந்திரிப்பேன். ஆறு மணியிலிருந்து ஏழு மணி வரை உடற்பயிற்சி செய்வேன். மதியம் ஒரு மணிக்கு சாப்பிடுவேன். இராத்திரி எட்டு மணிக்கு டிவி பார்ப்பேன்.

– நான் நாளைக்கு 5 மணிக்கு போவேன். எட்டு மணிக்கு வீடு திரும்புவேன்

– நான் நாளை 3 மணிக்கு வருகிறேன். படம் நான்கு மணிக்கு.

SUMMARY

Let us see all the cases that we saw earlier

CASES	STANDARD	COLLOQUIAL
Nominative	மரம்	மர(ம்)
Accusative	மரத்தை	மரத்(தை)
Dative	மரத்துக்கு	மரத்துக்கு
Genitive	மரத்தினுடைய/மரத்தின்	மரத்தோட
Instrumental/Social	மரத்துடன்	மரத்தோட
Locative (In/at)	மரத்தில்	மரத்-ல
Locative	மரத்திடம்	மரத்துகிட்ட

CASES	STANDARD	COLLOQUIAL
Nominative	மரங்கள்	மரங்க(ள்)
Accusative	மரங்களை	மரங்க(ளை)
Dative	மரங்களுக்கு	மரங்களுக்கு
Genitive	மரங்களின்/மறந்களினுடைய	மரங்களோட
Instrumental	மரங்களுடன்	மரங்களோட
Locative (In/at)	மரங்களில்	மரங்கள்-ல
Locative	மரங்களிடம்	மறங்ககிட்ட

CASES FOR PRONOUNS

Nom	Acc	Dat	Gen	Gen	Loc	Ins/Soc	Loc (In/at)
-	-ஐ	-க்கு		-உடைய	-இடம்	-உடன்	-இல்
நான்	என்னை	எனக்கு	என்	என்னுடைய	என்னிடம்	என்னுடன்	என்னில்
நீ	உன்னை	உனக்கு	உன்	உன்னுடைய	உன்னிடம்	உன்னுடன்	உன்னில்
அவன்	அவனை	அவனுக்கு	அவன்	அவனுடைய	அவனிடம்	அவனுடன்	அவனில்
அவள்	அவளை	அவளுக்கு	அவள்	அவளுடைய	அவளிடம்	அவளுடன்	அவளில்
அவர்	அவரை	அவருக்கு	அவர்	அவருடைய	அவரிடம்	அவருடன்	அவரில்
அது	அதை	அதற்க்கு	அதன்	அதனுடைய	அதிடம்	அதுடன்	அதில்
நாம்	நம்மை	நமக்கு	நம்	நம்முடைய	நம்மிடம்	நம்முடன்	நம்மில்
நாங்கள்	எங்களை	எங்களுக்கு	எங்கள்	எங்களுடைய	எங்களிடம்	எங்களுடன்	எங்களில்
நீங்கள்	உங்களை	உங்களுக்கு	உங்கள்	உங்களுடைய	உங்களிடம்	உங்களுடன்	உங்களில்
அவர்கள்	அவர்களை	அவர்களுக்கு	அவர்கள்	அவர்களுடைய	அவர்களிடம்	அவர்களுடன்	அவர்களில்

Nom	Acc	Dat	Gen	Gen	Loc	Inst/Soc	Loc (In/at)
நான்	என்(னை)	எனக்கு	எ(ன்)	என்னோட	எ(ன்)கிட்ட	என்னோட	எனக்குள்ல
நீ	உன்(னை)	உனக்கு	உ(ன்)	உன்னோட	உ(ன்)கிட்ட	உன்னோட	உனக்குள்ல
அவன்	அவ(னை)	அவனுக்கு	அவ(ன்)	அவனோட	அவ(ள்)கிட்ட	அவனோட	அவனுக்குள்ல
அவள்	அவ(ளை)	அவளுக்கு	அவ(ள்)	அவளோட	அவ(ன்)கிட்ட	அவளோட	அவளுக்குள்ல
அவர்	அவ(ரை)	அவருக்கு	அவர்	அவரோட	அவ(ர்)கிட்ட	அவரோட	அவருக்குள்ல
அது	அ(தை)	அதற்க்கு	அது	அதோட	அதுகிட்ட	அதோட	அதுல
நம்ம/ நம்ப	நம்மல	நமக்கு	நம்ப	நம்மலோட	நம்மகிட்/ நம்பகிட்ட	நம்மலோட	நமக்குள்ல/ நம்மள்ல
நாங்கள்	எங்க(ளை)	எங்களுக்கு	எங்க(ள்)	எங்களோட	எங்க(ள்)கிட்ட	எங்களோட	எங்கள்ல
நீங்கள்	உங்க(ளை)	உங்களுக்கு	உங்க(ள்)	உங்களோட	உங்க(ள்)கிட்ட	உங்களோட	உங்கள்ல
அவங்கள்	அவங்க(ளை)	அவங்களுக்கு	அவங்க(ள்)	அவங்களோட	அவர்ககிட்ட	அவங்களோட	அவங்கள்ல

REMEMBERING COLLOQUIAL RULES ADOPTED IN THE BOOK

Vowels, 'm' and 'n' represented in this book	Their pronunciation	Other consonants/ consonant clusters represented in this book	Their pronunciation
அ	அ	(ர்)	ரு
ஆ	ஆ	ர் in plural	becomes ங்
இ	இ	(ய்)	Dropped
ஈ	ஈ	(ள்)	Dropped
உ	உ	(ற்ற)	த்த
ஊ	ஊ	(ன்று)	ன்னு
(ஐ)	அ		
எ	எ		
(ஏ)	அ		
ஒ	ஒ		
ஓ	ஓ		
ஔ	ஔ		
(ம்)	Nasalized		
(ன்)	Nasalized		

Note: For past-tense changes, look at the corresponding lesson.

ADJECTIVES

Adjectives do not decline as per cases. They only do as per their position before nouns or before verbs to express "to," "for," etc.

SUBJECT-PRONOUN ENDINGS

	நான்	நீ	அவன்	அவள்	அவர்		அது	நாம்/ நாங்கள்	நீங்கள்	அவர்கள்
S	ஏன்	ஆய்	ஆன்	ஆள்	ஆர்		அது	ஓம்	ஈர்கள்	ஆர்கள்
C	ஏ(ன்)	அ	ஆ(ன்)	ஆ(ள்)	ஆ(ர்)	ஆங்க(ள்)	உது	ஓ(ம்)	ஈங்க(ள்)	ஆங்க(ள்)

VERBS

STANDARD VERSION

PRESENT	PAST	FUTURE
குடிக்கிறேன்	குடித்தேன்	குடிப்பேன்
குடிக்கிறாய்	குடித்தாய்	குடிப்பாய்
குடிக்கிறான்	குடித்தான்	குடிப்பான்
குடிக்கிறாள்	குடித்தாள்	குடிப்பாள்
குடிக்கிறார்	குடித்தார்	குடிப்பார்
குடிக்கிறது	குடித்தது	குடிக்கும்
குடிக்கிறோம்	குடித்தோம்	குடிப்போம்
குடிக்கிறீர்கள்	குடித்தீர்கள்	குடிப்பீர்கள்
குடிக்கிறார்கள்	குடித்தார்கள்	குடிப்பார்கள்

Common negative	Future negative*
குடிக்கவில்லை	குடிக்கமாட்டேன்

Present and Past Continuous Tenses:

குடித்து கொண்டு	இருக்கிறேன்	இருந்தேன்
	இருக்கிறாய்	இருந்தாய்
	இருக்கிறான்	இருந்தான்
	இருக்கிறாள்	இருந்தாள்
	இருக்கிறது	இருந்தது
	இருக்கிறோம்	இருந்தோம்
	இருக்கிறீர்கள்	இருந்தீர்கள்
	இருக்கிறார்கள்	இருந்தார்கள்

**Change pronoun suffix as applicable.*

COLLOQUIAL VERSION

குடிக்கிறே(ன்)	குடிச்சே(ன்)	குடிப்பே(ன்)
குடிக்கிற	குடிச்ச	குடிப்ப
குடிக்கிறா(ன்)	குடிச்சா(ன்)	குடிப்பா(ன்)
குடிக்கிறா(ள்)	குடிச்சா(ள்)	குடிப்பா(ள்)
குடிக்கிறா(ர்)	குடிச்சா(ர்)	குடிப்பா(ர்)
குடிக்கு(து)	குடிச்சு(து)	குடிக்கு(ம்)
குடிக்கிறோ(ம்)	குடிச்சோ(ம்)	குடிப்போ(ம்)
குடிக்கிறீங்க(ள்)	குடிச்சீங்க(ள்)	குடிப்பீங்க(ள்)
குடிக்கிறாங்க(ள்)	குடிச்சாங்க(ள்)	குடிப்பாங்க(ள்)

Common negative	Future negative*
குடிக்க*(ல)*	குடிக்கமாட்டேன்

Present and Past Continuous Tenses:

குடிச்சி-டு	இருக்கே(ன்)	இருந்தே(ன்)
	இருக்க	இருந்த
	இருக்கா(ன்)	இருந்தா(ன்)
	இருக்கா(ள்)	இருந்தா(ள்)
	இருக்கு(து)/இருக்கு	இருந்தது/இருந்துச்சு
	இருக்கோ(ம்)	இருந்தோ(ம்)
	இருக்கீங்க(ள்)	இருந்தீங்க(ள்)
	இருக்காங்க(ள்)	இருந்தாங்க(ள்)

**Change pronoun suffix as applicable.*